Bông Cỏ May

Lê Hoàng Trúc

New Danang Press

Published by

New Danang Press

91-1036 Kaikane St.
Ewa Beach, Hawaii 96706

First Printing

Copyright © 2010 by Truc Hoang Le

All rights reserved. No part of this book may be reproduced or transmitted in any form or by any means, electronic or mechanical, including photocopying, recording, or by any information storage and retrieval system, without the written permission of the Publisher, except where permitted by law.

ISBN: 978-0-578-06825-1

Visit the author's website at: www.lehoangtruc.com

Printed in the United States of America

Lời tựa

Nói đến ngôn ngữ Việt Nam, ta có thể mường tượng như một giai điệu "thơ và nhạc," đôi lúc trầm bổng, có khi lại êm dịu đến mơ hồ. Từ cơ bản đã có sẵn cung bậc ngũ âm: không, huyền, sắc, nặng, hỏi, ngã. Vậy nên người Pháp đi trước giao tiếp với dân tộc ta lâu dài nhất (chỉ sau người Hoa) đã từng nói: "Người Việt không nói, họ hát."

Lời bình luận ấy hàm chứa thơ ca tâm hồn người Việt mẫn cảm với mọi tình cảnh biết chừng nào.

Hỡi cô gánh lúa đêm trăng!
Sao cô thả gót dẫm ngăn bóng ngà?
Gió mây đâu dám rầy la
Chỉ thương bóng nguyệt ngả già vì ai.

Lê Hoàng Trúc

Ôi nhẹ nhàng uyển chuyển làm sao! Giờ đây ta không ngạc nhiên khi Hoàng Trúc – một phụ nữ xa quê – mượn vần thơ để gởi những ký niệm xa xưa cùng những hoài niệm trên đất khách.

Thơ Hoàng Trúc: ôm nét ngây thơ, dịu dàng lại nặng tình cảm *(Bông cỏ may)*, cũng có lúc ranh mãnh cười ra nước mắt *(Tình chày nghĩa cối)*... đôi khi điên cuồng trong tình yêu, tham lam vô bờ, muốn thắt cột linh hồn qua giấc mộng, mở rộng nhịp đập từ con tim, chiếm lấy thời gian của sự huyền bí, hâm lại những giây phút êm đềm, nghiệt ngã, vui buồn, tốt xấu, v.v.

Qua những ngày làm việc mệt mỏi, mà ta tưởng chừng không thể nhớ đến nó! Mong rằng tập thơ nhỏ bé này đem lại cho bạn đọc giây phút thư giãn, trong một góc không gian trống trải bên mình.

Đêm đông thiếu thuốc lưng trà
Nhặt thơ bốn bể ngân nga giải sầu
Vết tình thu trước nhói đau
Trăm dòng xuôi ngược trôi vào giấc tiên
Canh tàn gà giục ngoài hiên
Giật mình tỉnh mộng ngỡ thuyền du xuân.

Lê Hoàng Trúc

Lê Văn Chiêu
(T.P. Đà Nẵng – 2010)

Phần I

Cuộc sống – Tình đời

Đối xuân

Mưa xuân phủ xuống ngàn hoa thắm
Giọt nắng ngủ ngày nhụy hé môi

Mưa
xuân phơ
xuống
ngàn hoa
thắm
giọt
nắng
ngả ngang
nhàu
hé
môi

Bông cỏ may

Thuở nhỏ rong chơi ngắt cỏ may
Tết thành bươm bướm vén ngang tai
Ngã bóng soi mình mương nước nhỏ
Bật cười rúc rích với cỏ cây.

Thiếu thời tinh nghịch vút cỏ may
Bông cỏ lung lay rụng xuống giầy,
Nhặt lấy vút ve đùa thổi nhẹ
Kết làng gió xoắn cỏ như say.

Tuổi mộng say tình ngắm cỏ may
Anh tặng em nhẫn cỏ hẹn ngày
Tiết xuân sắp tới mùa cỏ chín
Dệt mảnh chiếu mịn trải chân ai.

Nửa đời xuân về thăm cỏ may
Phố nội hoa đồng lượt đổi thay
Gốc may người cũ đâu còn nữa
Phe phất chân mây khóc cỏ gầy.

Khuê Trung một chiếc nôi

Này sông! Ai vỗ nên kêu?
Khuê Trung đất thịt uốn leo theo dòng.
Gái trai chung ngọn gió đồng,
Chia làn nước ngọt da hồng tóc mây.
Đầu làng ngoảnh mặt về tây
Cuối làng hứng gió dương mây bốn bề.
Trăng sao đãi mối hẹn thề
Bốn mùa có cả hồng lê nõn nà
Ruộng khô, đồng cạn xa xa
Cò bay, ếch nhảy, con tra nặng mùi.
Tôi còn theo gió ngực xuôi!
Anh về bên ấy chung vui bát dời. (con rươi)
Khuê Trung đất hẹp rộng trời,
Người dân đạm bạc kết lời nghĩa nhân.
Xuân nay hương đã đến gần
Cho tôi gởi trọn ngàn lần nhớ thương.
Bao giờ tóc ngả màu sương?
Tôi về lội khắp ruộng nương tuổi chiều.
Tết giây thả lỏng cánh diều
Nhắn lời vũ trụ thương nhiều miền Trung.

Ghi chú: Khuê Trung một làng nhỏ, là nơi Lê Hoàng Trúc sinh ra và lớn lên.

Cẩm Lệ dòng sông tuổi thơ

Từ đời Âu Lạc đã sinh ra
Dòng sông êm ái cuộn qua nhà
Cho làn nước ngọt quanh năm tháng
Bên bồi, bên lở nặng phù sa.

Sông tắm mình tôi qua tuổi ấu
Nhuộm màu da sẫm tựa đất nhà.
Cẩm Lệ: Muôn đời reo con nước!
Tên sông gắn chặt với lòng ra.

Ghi chú: Cẩm Lệ tên một con sông, chảy dọc làng Khuê Trung, nối dài theo sông Hàn, đổ ra biển Đông. Nằm tại miền Trung thành phố Đà Nẵng.

Núi Non Nước

Biển già mặc biển núi vẫn non
Trăm năm cát bụi nén nên hòn,
Mưa thu tắm gội trăm vết nẻ
Bóng nguyệt soi đầu mãi mãi son.

Một ngàn năm giặc Tàu vây khốn
Một trăm năm Tây ngậm trời Nam
Dương đông khí thế phi phàm
Dòng người Nam Bắc vẫn thường viếng thăm.

Về thăm Ngũ Hành Sơn

Năm chành ngự thủ thật bảnh trai
Rãi hướng đông tây đặng trổ tài
Dáng vóc ngất ngay ngàn lũ bướm
Thế mà nó chẳng chút động lay.

    Cô qua, bà qua lại lắm lời hay
    Ngắm ngía mân mê suốt cả ngày
    Trèo lên trụt xuống đôi ba bận
    Há mồm nước dãi nhỏ lăn tăn.

        Má hồng môi đỏ xuyến đeo chân
        Cúi xuống ngẩn lên để được gần
        Mồ hôi nhãy nhụa trôi son phấn
        Ra về với vẻ mặt bất thần.

        Ngày xuân con én liệng mấy tầng
        Ngàn người lũ lược khó chăn chân
        Về thăm chàng ngự đêm trăng nước
        Cái đẹp hùng thiên chốn dương trần.

Chị trên, em dưới phụ tương thân
Quần vén áo treo đứng tần ngần
Muốn lên thoả thích mùa trăng gió
Chen lấn đàn người mỏi cả chân.

    Sướng quá chị ơi! Em tỏ bày!
    Đỉnh hồng thiên khảo thụ đông tây.
    Năm chàng ngự thủ em đến cả
    Chồn chân, mỏi gối nhống cả ngày.

        Về nhà mách lẻo bị mẹ rầy,
        Dáng ngự hùng vĩ tận chân mây.
        Thưởng thức mỹ phong thì dạo dưới
        Trèo lên, trụt xuống có gì hay!

Kính cụ Du

Cụ Du nay đã về tiên giới
Lời thơ xưa gởi tặng muôn dân.
Nước non đôi lúc thăng trầm,
Có sai thì chỉnh, có lầm thì thay.
Trăng một mảnh đông tây, nam bắc
Người Việt Nam đất hẹp, lòng chai
Ngàn nam lịch sử trầm trày
Trăm năm khôi phục dựng xây cơ đồ.
Có thương đất nấm mồ mới chặt
Lo muôn dân thì nước mới yên.
Ngày xưa giặc ngoại triền miên
Nên dòng thơ cụ đảo điên gian thần.
Trời có đổ cái sầm cũng thế!
Bút đã sa mặc kệ quyền quy
Lòng trung nghiền nát sắt chì
Lời thơ cụ mãi khắc bì sử xanh.
Lâu nay vẫn phục tài danh cụ!
Mỗi một dòng chữ nghĩa đến khôn.
Kiều xưa mãi mãi vĩnh tồn
Lật xuôi đọc ngược ngỡ hồn cụ bay.
Đêm nay trăng sáng cười Non Nước
Cảnh thanh bình rộng bước núi sông,
Vung tay múa máy đôi dòng
Thơ ngu lượm thượm mong ông chớ cười!

Kính Cha

(Tặng Cha: Lê Văn Chiêu)

Tình cha ấp ủ bấy lâu,
Thương người đức độ thâm sâu lạ thường.
Tâm ngay thẳng ví tựa gương
Đãi nghèo trọng phú, tánh khiêm nhường
Bạc vàng châu báu ngoài mơ tưởng
Công danh bổng lộc tựa hư vô.
Văn hay chữ tốt đầy bồ
Làm thơ giải trí ngây ngô với đời.
Trong mắt ông vạn vật hoàn hảo
Không trách người nào có chê ai.
Sanh ra con giống cháu nài
Phải chăng rồng phụng lạc bầy nhân gian?

Nhớ Mẹ

Góc mây rọi xuống thấy lòng ta
Sấm rền mưa đổ gốc liễu già
Chín xuân qua đời trông bóng mẹ
Chập chờn ngói động khói xa xa.

Có ai về đấy trên mái ngoái?
Trời rung mỗi lúc hạt mưa già
Ôi đừng phá tan làn khói nhỏ!
Sợ rằng trong ấy có mẹ ta!

Cố Nội

Con vẫn nhớ ông mãi đó thôi!
Dòng thơ viết tặng lạc đâu rồi?
Chỉ mỗi nhung sâm là chưa có,
Kiếp nghèo con cúng nội bát xôi.

Vẫn biết ông thèm canh cá giếc
Sông hồ, cống rãnh đắp thành đồi.
Xuống chợ người rằng không bán cá,
Lên đồi người bảo cá hóa vôi.

Đêm nay bìa sách còn hương cũ
Lời thơ nội dạy dưới trăng tròn
Chữ ông trăm nét già tuổi mực
Như ngọc ôm sương cười nắng non.

Tiếc nỗi nghiệp nho vùi theo cụ
Giận mình thấp kém chẳng nên hòn
Chữ nghĩa lờ mờ nhơ giấy bút
Học hoài học mãi vẫn chưa khôn.

Cánh diều tuổi thơ

Trăng lên dành lấy bóng chiều,
Diều anh còn đợi gió đồng nâng cao.
Mây kia ngăn nguyệt giúp nào?
Muốn em ngắm được diều bay đến trời.
Mẹ cha giục vội con ơi!
Cánh diều thuở bé một thời cùng em.

Mẹ và tôi

Ta đứng bên bờ sông mơ thuở ấy
Nhìn dòng trôi muốn tắm gội hương xưa,
Nước chảy suôi năm tháng đám cọ dừa
Rồi thong thả đưa ta về quá khứ.
Mẹ ơi! Mẹ!... Con tập bơi mẹ nhé!
Tắm đi con để màu nước vàng da
Có tha hương còn nhớ đến quê nhà,
Bên dòng sông mẹ chờ con năm tháng.
Đưa con xa, lòng mẹ buồn lai láng
Ngoảnh nhìn lui mẹ cố gượng mà cười.
Đi đi con! Đến nơi miền đất lạ
Học những gì còn có ở quanh ta!
Đất nuôi hoa, nâng cả gót chân ngà,
Mùa xuân đến gởi tin về trong gió.
Vẫn như xưa bên cảnh vườn nho nhỏ
Nghe hương lài mẹ biết có lời con.
Chúc con yêu, đẹp, trẻ mãi không già
Ngày gặp lại ta sẽ cùng ca hát.

Bánh xe thời gian

Thời gian như chiếc bánh xe quay!
Quay sáng, qyay đêm, lại quay ngày,
Chuyên chở muôn loài qua giấc ngủ,
Đánh thức linh hồn những cơn say.

Ta muốn bánh xe vòng ngược lại!
Nghe lời mẹ hát khúc ca xưa,
Chiếc võng đu đưa chiều nắng hạ
Êm êm ngon giấc dưới bóng dừa.

Mộng vàng

Ngàn đêm chỉ một giấc mộng vàng
Mẹ về trong giấc ngủ miên man
Chiếc áo nâu xanh lần cuối phủ
Nhìn nhau giọt lệ đổ hai hàng.

Mẹ ơi! Mẹ ơi! Tại thiên đàng!
Hay tận địa ngục tối mang mang?
Con muốn gặp bao loài quỷ giữ
Tính chuyện nợ đời với thế gian.

Đêm thâu kéo mộng đến canh tàn
Gà gáy đầu làng tiếng râm ran
Bóng mẹ xa dần, tay cố níu…
Bình minh ló dạng, làn khói tan.

Tôi muốn bay lên tận mây ngàn
Se làn khói mỏng giữa không gian,
Mẹ ơi! Con vẫn cần có mẹ!
Đau lòng sau mỗi giấc mộng tan.

Vỡ mộng hoa

"Cắt tùng, tùng cắt giữa canh ba
Tiếng trống xa xa vọng đồng hà.
Trời đông chăn hụt chân lạnh lẽo,
Trách thằng gõ trống, vỡ mộng hoa."

Mộng rằng, thiên lý trắng ta đeo
Bạch mã ngao du khắp vân đèo
Sơn thần dũng mãnh theo tận gót
Đôi lời trăng gió cái tình say.

Vó ngựa đôi đàn vút tung bay
Mây trắng theo chân bám bích hài,
Đào tiên chàng hái mời ta thưởng
Tỉnh mộng lâu rồi miệng còn nhai.

Hai đầu nỗi nhớ

Chiều thu thủy nét xuân thâm thúy
Gió xuân thì thổi vị yêu đương.
Anh thương em phải ngỏ tận tường
Nhìn ong tả bướm em thương kẻ ngoài.

Chờ lâu anh chẳng đoái hoài,
Nay về trách tội, anh đòi duyên em.
Đông qua đổi mấy bận rèm
Duyên nay đã thủng còn em ấm gì?

Sông Hương nước cạn cỏ lì,
Về dòng Cẩm Lệ mà hì mà ngâm.
Chèo anh cán ủ hương trầm,
Bên ni nước đục đừng dầm sông em!

Ghi chú: Sông Hương tại phố Huế
Sông Cẩm Lệ tại Đà Nẵng
Bên ni = Bên này

Vườn họa sĩ

Đố anh họa sĩ khắc tranh!
Cây gì! "Không lá, đôi cành cũng không?"
Trên đầu, hai trái lòng bong
Dưới chân đóng cọc, gười trồng bỏ đi.
Ối chà, dễ quá xá chi
Nhà anh bốn cọc, trước ghi rõ ràng
Đầu làng, cuối xóm, hai hàng
Đêm về sáng tỏa, dọc ngang rành rành.
Con gì! "Rãi nước hơi tanh?"
Ngày thì núp bóng, đêm canh thân ngà
Miệng le lá ngọc mượt mà
Hai môi đều đặng, thịt da hồng hào.
Tranh anh nhỏ mực chưa lâu
Nhờ em trông rõ con nào đúng sai!
Lá chiều còn đọng sương mai
Mực hồng chưa ráo, con trai giữa dòng.
Tranh kia! Anh bán mấy đồng?
Một qua, một lại, tranh hồng tặng em!
Khen người tốt chữ khéo chem!
Tranh tay người vẽ có thêm đừng ngần.

Đông tây, nhà cửa, xa gần?
Cho anh biết đặng mang tranh tận nhà.
Chiều dần, đường lại hơi xa
Ba đồng em gởi coi là giao lưu.
Trên đồi anh vẽ đôi hươu
Dưới chân cỏ mịn ngựa cừu chen chân
Giang đông mây đổ mấy tầng
Giữa lừng đôi điệp lăn tăng đủ màu
Tranh đời có khác mấy đâu
Xa kia bắc đẩu, dưới vườn giậu leo.
Cổng tre mở cạnh ao bèo
Chân ai giám đến, dưa leo đải lòng.
Bao lời em đã ngỏ song
Thôi thì em lấy tranh hồng nghe anh!

Vườn nội tôi

Xa xa điểm dãi ngân hà
Trăng vằng vặc rọi sao băng sáng lờ
Thiên thu cảnh vật còn mơ
Hàng dừa trĩu quả, mận chờ dơi rung.
Đêm thanh gió thổi bách tùng
Mộc lan hương tỏa say cùng tường vi
Hai hàng câu thẳng uy nghi
Bắt giàn thiên lý bí bầu leo chung.
Ổi đây mít đó thơm cùng
Chanh xay trĩu quả cam chung một vườn.
Giếng trong mát lạnh như gương
Bốn mùa nước ngọt đãi người gần xa.
Ba gian nối lại một nhà
Gạch thô ngói đỏ cẩn hoa chạm rồng.
Sau nhà khuất rặng tre cong
Kẽo cà, kẽo kẹt ngóng lòng người xa!

Đêm đêm nội tựa hiên nhà
Chòm râu trắng tỏa ngỡ là tiên ông
Miệng phun khói thuốc phập phồng
Quạt mo lộp cộp kéo dòng thơ nho
Những lời nội dạy đắn đo
Ngày sau gặp khó giữ đò vững chân.
Tình duyên say đắm nhắc cân
Thuyền nhầm bến đổ khổ thân ngọc ngà.
Giờ thiên bóng nội xế tà
Hồn du thiên cổ châu sa vạn người.
Tiếng thơm rãi cả một đời
Uy nghiêm hoành tráng sáng ngời cháu con.
Đêm nay sương lạnh thổi giòn
Về thăm vườn nội chẳng còn hương xưa.
Ngàn năm cảnh vật theo mưa
Trăm năm người cũ, thêu vừa cổ bia.

Vườn ngoại tôi

Đồng xanh lúa thắm mỹ miều
Cái cò thẳng cánh gió diều xuống lên
Bờ kênh con nước dập dềnh
Tre xanh tiếp rặng uốn quanh đường làng.
Xa xa dừa trĩu hai hàng
Cổng vào vườn ngoại rộn ràng chim ca.
Bồ câu đậu trắng mái nhà
Lợn kêu, gà chip, vịt sà ao sâu.
Gốc dâu uốn lượn dây trầu
Hoa chè thoang thoảng, hương cau tỏa nồng.
Nhà trên mái ngói đỏ hồng,
Sân sau lợp lá, giếng trong cuối vườn.
Chích chòe thánh thót du dương
Râm ran ve gọi quanh vườn lá bay.
Trái cây đổi chợ mỗi ngày
Hồng chanh, mận quít, măng cầu trĩu sây
Bí bầu, chuối sả mọc dày
Mồng tơi, bù ngọt, hành đầy quanh năm.
Dâu xanh lá rãi chăn tằm,
Khoai môn, sắn củ, lúa canh nóc nhà.
Xuân qua, hè đến tà tà…
Về thăm vườn ngoại ấm trà lai rai.

Ngoại tôi bận bịu tối ngày
Sáng lao ruộng cạn, chiều chăm bốn vườn.
Khi say chuyện kể mười phương
Nhai trầu, uống rượu thú thường ngoại tiêu
Ghét thương khuyên giải trăm điều
Bình dân, giản dị, mỹ miều, tận tâm
Sớm trưa, mưa gió dãi dầm,
Bác cơm độn sắn múi dầm ớt xanh.
Nuôi con ăn học đủ ngành
Làng trên xóm dưới trời xanh khen thầm.
Đêm trời sao sáng ngoại ngâm
Ù ơ... hú hời... bổng trầm ngàn thu.
Chiều hè gió thổi vi vu,
Đông sang mấy lượt, tóc thu vơi dần.
Xế tà vắng lạnh một thân
Ngẩn ngơ đầu ngõ bần thần nhớ con
Đông con, một đứa chẳng còn
Nhìn quanh góc kệ giường son cũ sờn
Lệ không chút giọt bôi trơn
Chân run, răn rụng, da sờn, mắt thâm
Ngày đêm thương nhớ âm thầm,
Gió gông thổi tới chiếc trâm đổi màu.

Chim non bỏ tổ ngọn cau,
Người buồn cảnh úa nỗi sầu nhân đôi.
Ngẩn ngơ thoáng áng mây trôi
Soi gương, chuốc lược thôi rồi tuổi xanh.
Gió lay thân ngoại mỏng manh
Đèn hiu vội tắt, hồn xanh lìa trần.
Mưa thu nhỏ giọt mấy tầng?...
Trời nghiêng, đất lở, ngàn chân tiễn người.
Từ nay vườn vắng bóng tươi,
Lá xanh đổi xám, trầu thời vàng dây.
Chiều nay thấp thoáng heo may
Về thăm vườn ngoại vịn cây nhớ bà.
Ngàn thu một mảnh trăng sà
Du dương trong gió, hồn đà bao năm?...

Thương thầm

Tình buồn máu rĩ xương tê,
Tình vui tim nhảy say mê quên giờ.
Buồn vui lẫn lộn trong mơ
Đôi lần mai nở ong hờ nhụy đêm.
Xuân sang mai trổ trước thềm,
Nhện giăng bướm đậu mỏng mềm lời thương.
Màng the phủ kín chân tường,
Chờ ong gõ cửa nhụy vươn toả màu.
Đợi lâu hoa héo úa sầu
Gặp nhau đầu ngõ nửa câu ngậm ngùi.
Ngày vui ong lượn có đôi,
Mai vàng rủ cánh cuốn chồi đau thương.
Trớ treo xây cảnh chung tường
Lời không thổ lộ vấn vương nỗi sầu.
Thầm yêu, trộm nhớ, tình đầu
Đêm thâu thức trắng, ngày thầm bóng ai?
Giờ đây ong đượm tổ xây,
Xuân sang mai chẳng còn ai ngóng chờ!
Thương lòng cô ả dại khờ
Khép màng mi mộng hững hờ xuân trôi.

Yêu màu hoa trinh nữ

Ai biết hoa tên gọi là chi?
Thẹn thùng khoe sắc cạnh đường đi.
Chân nhớm được gần muôn lá khép
Sao hoa mắc cỡ đến lạ kỳ?

Tôi vẫn yêu hoa màu tim tím
Thân tròn lấm tấm những gai con
Khép nép che mình trong đám cỏ
Nhưng tôi vẫn lặn lội muốn tìm.

Này hoa chớ ngại bước chân tôi!
Sớm chiều qua lại ngắm mà thôi
Đâu nỡ đưa tay làm nhơ cánh
Xin đừng khép lá đậy kín chồi!

Về chiều

Trùng trùng điệp điệp biết bao xa!
Chiều xuân lại nhớ chút tình già,
Khăn gói đi về nơi chôn rún
Khung trời năm cũ ở bên ta.

Người ơi! Có nhớ đồi sim vắng?
Anh hò, em đệm khúc dân ca.
Biết ngỏ lời thầm yêu với mộng
Đâu ngờ gió thổi cánh diều xa.

Thấp thoáng mấy thu xuân ngả già,
Cành hường, bóng Cuội mấy trông ra?
Chỉ còn đôi câu hò xưa ấy
Run run ngân tiếp những chiều tà.

Chiều thu trong anh

Chiều thu trở lạnh bỗng nhớ em!
Nhớ tiếng ai ca giữa đêm hè,
Gót ngọc chập chờn, đôi bước nhảy
Trăng vàng đổ xuống chiếu thôn tre.

Mối tình thuở ấy ngây thơ quá!
Em chờ, tôi đợi cảnh rụt rè
Đôi nét thư tình trao mảnh giấy
Cánh phượng đêm ngày nhớ tiếng ve!

Tuổi hồng lối cũ, bóng chim xưa
Hai đứa nấp nhau dưới tán dừa
Gió mưa thấm dòng thư ngày ấy
Mực nước hòa nhau tình nhạt thưa.

Em lên thành đô, em xa tôi
Bên đời tuổi mộng dấu chân trôi
Mùa thu lại về trông gió cũ!
Nhớ mãi một thời em bên tôi.

Yêu người xóm đạo

Bụi trần phủ nặng trĩu đôi vai
Đường đi mỗi lúc lại một dài
Ngày nắng, đêm mưa, màu đất khóc
Chia nửa khung trời nhớ bóng ai?

Biết ngày gặp lại xa xa lắm!
Nhắn người xóm đạo thoáng qua đây,
Em có còn yêu người trai cũ?
Hay làn gió thổi tình nhạt phai!…

Qua cầu gió bay

Chập chờn tà gấm cúc hoa
Qua cầu gió thổi, anh lòa bờ mi.
Kèo tre nhún nhảy đôi khi,
Chân em theo nhịp, nụ thì rung rinh.
Tay anh với mớ lục bình,
Màu hoa nước tím biển tình lân lân.
Gập ghềnh em trượt một chân,
Mà anh đâu dám đến gần đỡ em.
Quần anh phèn bám lem nhem
Vải thô thấm nước, ướt mềm dưới trên.
Em nằm kêu cứu chênh hênh,
Cảnh là tréo ngược, phơi nền trời xanh.
Liều mình anh phóng đến nhanh
Dưới trôn anh bụm, tay kia đỡ người.
Qua cầu, em ngoảnh lại cười,
Còn tôi quỳ đến hoa tươi đổi màu.

Dấu trăng

Vành trăng anh cắt nửa giấu đâu?
Đêm nay còn lại nửa nhạt màu,
Gió thổi hương lần theo dấu cũ,
Mây tràn muôn lối giúp tìm nhau.

Tuần trăng ai nỡ trút mưa ngâu?
Mây xám giăng quanh ép bóng sầu.
Anh đã không về hôn nếp cũ,
Đâu còn ai ngắm tuổi trăng sau.

Vắng em

Phố vắng em rồi, biết đi đâu?
Bạn ơi! Hãy uống cạn chum sầu!
Than thở gì đây ôm trống vắng!
Nỗi lòng hiu quạnh sợ đêm thâu.

Nhớ ngày em đến dưới mưa ngâu
Nước thấm đôi mi, phấn nhạt màu
Thỏ thẻ lời yêu trong gió lạnh
Chuỗi ngày êm ái đẹp biết bao.

Tôi đã yêu em đã si mê,…
Trăng lui, sao ẩn, chẳng muốn về
Hôn em đến làn môi tái nhợt
Sao băng rụng chứng mối hẹn thề.

Tôi đã yêu em đến dại khờ
Linh hồn đuổi bắt bóng trong mơ,
Em chạy, chạy đi, tay anh với
Giật mình, say tít ngủ bên bờ.

-Tôi đã yêu em và mãi yêu….

Yêu cô gánh lúa

Nhớ ai đón áng mây trôi,
Đố ai với lấy trăng trôi trên dòng?
Người nông cảm ngọn gió đồng,
Đố ai đếm được mấy dòng mồ hôi?
Ông trời đổ trận mưa trôi,
Lúa non ngậm sữa chẽ môi lép xè.
Thương cô gánh lúa chiều hè
Chạy trên mương nhỏ, gập ghềnh ngả lui.
Vui cười khéo khúc vè xuôi
Nào ngờ đòn gánh cô lùi ngang trôn.
Này này! Chị dạy học khôn!
Để rồi mai sớm nước non cần dùng.
Mùa sau lúa trổ đòng đòng
Đưa vai chén ngọn gió giông giữa trời.
Gái trai, cô sổ cạn lời,
Làm tôi chết lặng một thời ngắn ngơ.

Ghen

Hỏi người thục nữ đoan trang?
Cục ghen nhỏ lớn của nàng nằm đâu?
Cũng không biết nó màu đen đỏ
Hay tím vàng cắt bỏ nó đi!
Yêu yêu, nhớ nhớ, mà chi?
Cơn ghen nổi lửa, sắt chì ra tro.
Nàng thét lớn ba hồn bốn vía!
Cá trong hồ nhảy tía lên mâm.
Bà con cô bác nghĩ thầm!
Đoan trinh thục nữ hay nhầm dạ xoa.
Hỡi đàn bà đanh đá điêu ngoa!
Đàn ông bọn tớ thương hoa dịu dàng.
Có đâu trợn mắt, phùng mang
Trăm ngàn cái đẹp, chẳng màng tình riêng.

Xôi gấc

Hò ơi! Em đợi chuyến phà,
Bên sông bóng gió mây là đà trôi.
Em theo phà bán xôi bể Bắc,
Anh lên Nam trồng gấc mưu sanh,
Hai ta duyên nợ sớm thành,
Trầu cau nhóm họ dệt mành chiếu hoa.
Bao mùa gấc đơm hoa kết trái,
Phà Bắc Nam vắng gái bán xôi,
Ai mê xôi gấc giống tôi?
Về Nam mua hộ nồi xôi gấc hồng.

Yêu vợ

Em ơi! Hãy ngủ đi em!
Gà chưa gáy sáng, trăng đêm chưa tàn.
Ngoài sân hương huệ ngút ngàn
Quanh vườn vạn vật mơ màng giấc tiên.
Ngủ đi em vợ dịu hiền!
Bao năm chăn gối mộng thuyền du mây.
Có gì lệch lạc đêm nay?
Làm em trăn trở, lòng này lo âu!
Yêu em, yêu đến bạc đầu,
Trăng rơi, biển cạn anh hầu mình em.

Chiều đồng quê

Chiều tà thả bộ đường đê vắng
Giọt nắng thưa dần gió thổi giông
Lúa trổ đòng đòng xanh muôn lá
Kìa ai nghiêng ngả giữa cánh đồng!
Này cô thôn nữ sắc áo hồng!
Gió thổi giông kề mép mé hông
Chồng chưa' sao tác gàu vội vã?
Dừng tay cho hỏi một đôi dòng!
Bớ kẻ lạc đường chớ nói ngông!
Gió nồm thổi mạnh nước xuôi dòng,
Váy thắt lưng ong, chồng chưa có!
Mới dãy gàu sòng thế chổng mông.

Tôi và em

Tôi đã yêu em tự bao giờ?
Mộng lành e ấp tuổi ngay thơ
Trời xanh chiếc bóng đeo trưa nắng,
Em ngoãnh nhìn tôi cái đợi chờ.

Hoa hiểu lòng tôi muốn hồn tôi!
Khao khát ngàn lời gởi trên môi
Má kề son thắm cùng duyên đợi
Một đời xin yêu mãi người thôi.

Tất cả cho em

Anh nhìn em đắm đuối tuổi đương xuân
Tình trong anh, lửa cháy ngậm một rừng.
Đôi má em hồng ôm bao niềm mộng
Cái mỉm cười, làn mắt ướt mi cong.
Ngỏ lời yêu em với vạn đóa hồng!
Đôi vai dang, tóc bồng bềnh em gối.
Choàng lưng anh, môi em khe khẽ gọi.
Hỡi tim chàng hãy trao cả cho em!

Yêu cái kiêu sa

Tôi vẫn yêu em cái kiêu sa!
Lòng hoa trong sáng lại mượt mà.
Yến oanh nhảy nhót hàng một tá,
Em vẫn đi về dáng thướt tha.

Tôi vẫn yêu em bóng đã xa,
Bao mùa trăng rụng cánh hoa già,
Biển Bắc, trời Nam nơi em đến,
Xin dòng nước ngọt đáp phù sa!

-Tôi vẫn yêu em đến thiết tha!...

Yêu em gái Hà Nội

Tác cạn Hồ Tây sẽ thấy em,
Anh đâu ngại dốc ngày lẫn đêm.
Sợ người phố Nội ngưng câu hát,
Giấc ngủ qua đông mấy êm đềm.

Hoa sữa vô tình ôm tin gió
Thầm thì to nhỏ buổi chiều êm.
Được lòng gái Nội đêm trăng tỏ
Thả diều bay bổng khắc tên em.

Ghi chú: Hồ Tây nằm trong thành phố Hà Nội.

Tán gẫu

Bớ bớ cô mình quẩy gánh rong!
Dừng chân trú tạm trận mưa giông.
Quán xá chiều hôm sao buồn nhạt?
Lạnh lẽo mang mang rụng cả lòng.

Đôi đầu thúng nặng tán gẫu chi!
Mưa gieo lá thắm chút ngại gì,
Trái xuân đủng đỉnh còn chưa ngắm
Nắng hạn, mưa thời có mấy khi.

Về thăm Đà Nẵng

Chân anh già cả càng teo
Phải chi trai tráng, anh trèo cả hai.
Bà Nà dốc đứng lá sai
Sơn Trà biển đợi, dốc lài đường êm.
Lên non ngắm biển đã thèm
Cả đôi mỏi gối, lưng rêm, choáng người.
Không leo chúng bạn chê cười
Bao năm xa cách tình người mênh mông.
Hoa quê, cỏ nội, chim đồng
Vài hôm nghỉ phép cho lòng thảnh thơi.
Ngại chi! Chén cá, chim trời,
Đêm non ngày biển vị đời thêm hương.

Người phu quét đường

Gió này! Sao cứ mãi rung cây?
Lá bàn say sẩm rụng tối ngày,
Da tay đắp dày hơn lá đổ
Một đời nhặt rác bởi gió lay.

Thương mình, thương cây bên góc phố
Tuổi dày, tuổi mỏng có ai hay!
Tán lá cuối cùng reo trên đỉnh
Chiều nay nhè nhẹ phủ xuống giầy.

Màu phượng xưa

Thôi đừng rụng nữa cánh phượng ơi!
Ta đã ngắm mi cả một thời
Đôi cánh ép vào trang vở mới
Mai mốt xa rồi chút nhớ nhau.
*
Hè về nắng ấm phượng xưa ơi!
Cùng nở mà trêu ánh mặt trời.
Không hẹn tháng năm ta về đến
Vì đời còn mê mãi rong chơi.

Giấc mơ tà áo trắng

Ta đã không có thời áo trắng!
Mà nhìn theo làn vải ai bay.
Đôi mắt đen ngấn lệ nhỏ dài,
Ôi ta mơ! Có được tà áo trắng.
Kìa chúng bạn đùa nhỡn nhơ trong nắng!
Kìa áo ai bay ấp ủ mộng mơ!
Bên hàng cây ta núp bóng thẩn thờ,
Cổng trường kia: sao mình xa qua vậy.
Hãy làm sao! Làm sao! Được ngày ấy?
Biết thế nào? Để nối rộng vòng tay!
Trống trường chuông điểm trôi hết một ngày,
Tôi nhẹ nhàng theo sau nhiều áo trắng.

Chiều thơ

Góp lời thiên hạ gói vần thơ
Mượn cả sông sâu nối biển bờ
Với ánh trăng đêm hòa bóng tối
Suối tình nhạt đậm mỗi đêm mơ.

Này gả vàng anh đeo nhánh lúa!
Vểnh tai trong gió ta đợi chờ,
Hãy hót lên đôi lời êm ả!
Xuân thời đương sắc chút lẳng lơ.

Nàng lúa

Một chân, "í ả… là í a"
Hai chân em nhịp tiếng tì bà
Đá trái gót hồng xoay mảnh váy
Tơ lụa hai làng mỏng dính da.
Bà rằng, bà rí hát đâu xa
Em đây mười tám, cánh ngọc già
Muốn lên chơi nguyệt đêm trăng tỏ
Ngại làn mây xám cản chân ngà.
Chành chành "í ả… là í a…"
Chành chành "í ả… là í a…"

Dĩ vãng

Nâng cành hoa dại lấm tấm sương
Các lún gót chân cả một đường
Bước dài, bước ngắn lưng mẹ địu
Dĩ vãng lần về thấy mà thương.

Cha bước theo sau áo bạc màu
Tay còn níu vặn lấy đôi trâu.
Cảnh nông nheo nhút đàn con dại
Bữa hụt, bữa no lắm nét sầu.

Nắng vàng trải nhẹ cha giục mau!
Mồ hôi mẹ rịn giữa đỉnh đầu.
Cha hỏi ruộng nương nghe líu nhíu.
Cầu nhầu mẹ chẳng nói thành câu.

Tôi vẫn ngây thơ cái nhút nhoi
Vung tay vơ lấy bọn cào cào
Nhổm lên trườn xuống trên lưng mẹ
Một hồi lai áo tước làm đôi.

Chùm cơm mọc bụi trổ đồi mồi
Mẹ vặn từng chùm bỏ tay tôi,
Con kiến càng đen chui nách áo
Lùng bùng tôi khóc sướt ngọt ngào.

Càng nghĩ, càng thương lệ tuôn trào,
Cảnh xưa người cũ đã chia nhau.
Thẫn thờ tới lui trên cát trắng
Cả đường chỉ in dấu chân tôi.

Cái Duyên

Đợi ngày dài
Mộng đêm thâu
Ta đến đâu
Tìm hương cũ.
Anh đã phụ
Tình bơ vơ,
Gối một bờ
Chăn bỏ góc
Cây ngưng mọc
Cánh hoa buồn
Giọt lệ tuôn
Tưới vào đất.
Duyên đã tận
Cố nén lòng,
Đốt nén hồng
Hâm ấm nhụy
Gió thầm thì
Sương gõ cửa
Vầng trăng lửa
Rọi tan mây.
Tình lại say
Hương lại tỏa
Trăm năm thỏa
Ngậm duyên đời.

Bốn mùa thay lá

Lẳng lặng mà nghe lá thu rơi!
Hạ đã qua đi dấu cả lời.
Nắng vàng nghỉ mát, em cũng thế,
Chớ hỏi vì sao? Chẳng ghé chơi!…
Đông nay đến sớm hơn năm trước
Mây kéo giăng giăng đạp bóng trời
Có phải xuân nay còn gặp lại?
Thôi đừng nặng hạt nữa mưa ơi!

Tình trái mù u (1)

Mù u, hai trái đù đưa
Trèo cao anh hái cho vừa lòng em.
Bóng ao bốn quả chồng chềnh
Trao em một nửa, nửa dành cho ai?
Quần anh suốt chỉ lâu nay,
Em nhầm trái bóng, anh đây thật lòng.

Tình trái mù u (2)

Mù u, trái rụng, trái đeo
Đập già lấy hột, xâu treo nắng vàng.
Anh đi chàn hảng, hai hàng
Cũng vì em muốn muôn ngàn trái xanh.
Mủ vàng bám chặt lưng anh
Sáng nay nổi nhọt, đâu quanh cả người.
Sao em lại đứng đó cười?
Vì bao đêm đến không người phiền em.

Tình trái mù u (3)

Con đòi chơi trái mù u!
Anh trèo, anh hái, cho con đi nào.
Ruộng nương em lội mấy sào
Trông con một sớm càu nhàu với ai.
Thằng tèo nó nghịch quá tay
Trái rơi không chịu đòi nguyên cả chùm.
Trên cao con thấy một đùm!
Ba đừng dấu nó dưới quần lừa con.

Tình trái mù u (4)

Se se bóng ngã về chiều
Bà ơi không đút, cá thiều sao ăn?
Mù u, đốt lửa thay trăng
Năm xưa còn trẻ tôi mần không sao.
Răng giờ mỗi cái chia nhau
Khúc giữa bà lấy, khúc đầu sao nhai?
Mấy lời bà nói yêu ai?
Hôm nay miếng nạt lai rai một mình.
Mù u, cây vẫn đầu đình
Trái còn dính đó, sao tình bà phai!
Cây già trái chẳng được sai
Năm qua tháng lại, hoa lay đôi lần.
Thôi thôi đừng nói xa gần
Trăng thanh gió mát tôi phần cho ông.

Cô ả đào về làng

Dáng ai thả trước, bước theo sau
Muốn nói thành câu thấy nghẹn ngào
Cành hoa trinh nữ giăng muôn lối
Trách mình khúc lưỡi đã đi đâu?
Nắng rọi vai gầy nón quai thâu
Cái yếm tứ thân đủng đỉnh màu
Kìa! Ai giống Tấm ngàn năm trước?
Gót hài nhún nhảy, gió lao xao.
Ngăn tay anh kéo vạt yếm đào.
Bớ! Người quân tử thả yếm mau!
Muốn ngắm bì trôn chờ trời tối
Chật đường hẹp lối chớ kéo lôi.
Tay hùm xuyên phạm đã lỡ rồi
Lời tròn xong miệng cứng khéo môi
Không nỡ phèn đồng loan cả vấy
Nên mới đỗ liều chạm vải thôi.
Kéo miệng, dẻo lời "chữ" cắn đôi
Chân hung, vai tráng, tướng cao bồi
Khôm lưng làm ngựa đon qua bến.
Trái vườn hái tặng ở cuối đồi.

Duyên kỳ ngộ

Vách tường liễu khóc trăng lu,
Gấm hoa gối chiếc mấy thu lạnh lùng.
Đêm thâu gió rít cây tùng
Cành dương kẻo kẹt rụng muôn trái sầu.
Tình chàng ý thiếp đã lâu
Sao không gởi gió để rầu tiết thu?
Cây bàng chiếc lá còn đu
Khắc đôi chữ mỏng, lời ru ngậm ngùi.
Thương ai thỏ thẻ ngọt bùi?
Mong người đàng ấy đánh dùi khua chiên!
Năm lành, ngày tốt, giờ thiêng
Lá bàng còn lại nối liền dây tơ.
Chàng rằng, tình ủ trong mơ!
Nhưng còn nặng gánh, con thơ hai hòn.
Thương cây, thương trái cho tròn
Trăm năm kỳ ngộ sắc son một lời.

Một thời ấu thơ

Gió mùa thu vời vợi nhớ quê nhà
Nhớ hàng cau, cây lựu với tiếng gà
Nhớ trận mưa sa rung tàu lá chuối
Ôi nhớ biết bao những chiều ngắn ngủi
Địu em trên đường tìm củi cháy da.
Chị em lang thang khi mẹ vắng nhà
Vẹn hái đút nhau những chùm vũ vẽ.
Ôi thương quá tuổi thơ khi vắng mẹ,
Bẽ nhúm rau dền nấu với đuôi tôm
Bón cho em tới lúc bụng no tròn
Hát ò ơ đưa chúng vào giấc ngủ.
Tất bật lăn xăn tưới hàng đu đủ
Để mẹ về giấc ngủ dài thêm.
Bỗng nghe qua tiếng xe đạp cũ mềm,
Ôi mẹ về! Trong lòng bao hớn hở.
Cơm đã chờ, mẹ ơi dùng kẻo nhỡ!
Con no rồi mẹ chớ giữ phần chi.
Uống bát canh thơm, mẹ hỏi thầm thì?
Chớ tôm kia con có từ đâu vậy?
Trả lời mau kẻo mẹ mình nghĩ bậy,
Sáng trỗ đồng, con nhặt ở ven sông.
Vuốt tóc con, nước mắt mẹ lưng tròng
Thương con tôi tuổi thơ đầy gian khó.
Choàng vai mẹ mong thầm thì to nhỏ
Rồi thiếp dần theo tiếng gõ mưa đêm.

Rồng đất Việt

Con rồng, cháu phụng, giống tiên
Cha nhằm họ Lạc, mẹ thần âu Cơ.
Xơi cơm đất khách, ấn nhờ
Nhìn dây hóa rắn làm thơ giải sầu.
Từ ngày rún thịt xa nhau
Trông màu đất Việt, thềm rau vườn nhà.
Bao năm tai vắng tiếng gà,
Bánh chưng quên vị, thịt da đổi màu.
Ai về nhắn bãi nương dâu
Có rồng đất Việt, đêm thâu nhớ tằm.

Ông lữ

Đưa tay vớt đám mây hồng,
Sông sâu mở cửa nhưng lòng không vui.
Tay trường nước đẩy, mây lui,
Con lươn dưới đáy ngậm ngùi làm sao?
Các nàng mây khác reo nhau
Ô kìa ông lữ thả câu móc trời!
Hay hay đáy nước dội lời
Có người lười biếng mượn trời làm vui.

Một góc Việt kiều

Buồn cho một cảnh nhớ hai quê
Đứng ở bên này ngắm bên tê
Mòn mõi ngóng trông mối hẹn thề
Trăm năm ước nguyện tình phu thê.

Buồn sao xa xứ cảnh nhà thuê
Đầu tháng chưa qua cuối tháng kề
Đồng lương thấp kém vì kinh tế
Thỉnh thoảng nhà không ngủ bên lề.

Xứ người khác tiếng, cảnh làm thuê
Thiếu tiền, thiếu bạn thiếu tình quê.
Cha mẹ, anh em nào hiểu được
Nỗi khổ tha hương thật ê chề.

Nhiều đêm tuyết lạnh tỉnh cơn mê
Choàng tay ôm chiếc gối cận kề
Giọt lệ chảy dài theo tiếng nấc
Tiền đâu gởi tặng mẹ xuân về?...

Tiếng lá thu

Tôi lớn lên từ những chùm ổi sẻ
Làn da tươi bởi dòng nước bên sông
Cất tiếng ca chim chóc cũng siêu lòng
Nói thành câu nào quên dòng sữa mẹ.
Khúc thơ xuôi viết khi còn tấm bé,
Nhờ công cha mài dũa mỗi đêm đông.
Theo chân ông học hỏi giọt sương đồng.
Nặn chiếc bánh từ tay bà điểm bột.
Đêm mưa hạ sáng hoa vườn xanh tốt.
Mùa xuân nay tôi đã lớn lên nhiều.
Biết giận hờn, biết nhớ lại biết yêu,
Ôm hương đêm lẻ loi miền đất lạ.
Ước một lần được nghe lại tiếng lá!
"Của mùa thu năm ấy giữa vườn trăng"
Càng nhớ mong màu cảnh cũ xa dần,
Người cũng thế bỏ ta về cát bụi.

Cõi hoang

Thu tàn sơ xác rặng dương xanh
Ngưng tiếng chim kêu chiều vắng lạnh
Mưa ơi! Mau về gieo lá thắm!
Trơ trụi vô duyên gốc lẫn cành.
Mênh mông vô tịch trông quạnh quẽ
Thuyền xưa bến cũ cuốn về đâu?
Một cõi mơ màng ôm trống vắng
Trăng đêm ngày trước lặng bóng sầu.

Đời vẫn đẹp

Năm canh gà gáy ó ò o…
Túi nguyệt trên cao với thập thò
Hỏi sao nhà ấy giờ chưa ngủ?
Lênh đênh trên bến một con đò.
Bốn chân khua nước thuyền không mái
Vọng vào trong gió tiếng ỉ o!
Động lòng ông láng buông mẻ lưới
Mênh mang trăng nước dục câu hò!...
Thuyền ai không mái đẩy trăng lui?
Bóng cá năm xưa lão sụt sùi
Lẻ bạn ông đây còn xuân sắc
Bọn trẻ thời này quá ham vui.

Ngoại yêu

Hoàng hôn xuống nắng vàng dời gót,
Hoa mười giờ khép cánh chờ sương,
Chim ẩn đêm líu ríu quanh vườn,
Ngoại tôi còn lom khom nhổ mạ.
Chiếc áo tím bà ba sớn cúc
Quần vén cao tóc phủ khăn lam.
Thương ngoại tôi vất vả ham làm
Vẫn mỉm cười ù ơ câu hát.
Nhớ hôm ấy trời thanh gió mát,
Ngoại đưa tôi đi hái bắp non,
Lá dẻ tươi mọc dọc ven cồn
Xếp tù và thổi vào trong gió.
Nhảy tung tăng như con chim nhỏ
Tủm tỉm cười má đỏ hây hây.
Giấc mơ hoang chân mọc ra dài
Tôi vào đời, ngoại chờ quê cũ.
Mỗi xuân sang mong về thăm cụ
Cầu chúc bà sống mãi trăm niên.
Vẫn như xưa đôi mắt dịu hiền
Hôn trán tôi tràn đầy thương nhớ.

Quả nhân tâm

Phải chăng Thượng Đế có trên đời?
Thiên bồng, tiên cảnh khuất trong mây,
Ái ân, oán thù gieo nhân thế,
Vạn vật chen nhau lúc một dày.
Dám hỏi ông những ngày sắp đến ?
Giọt mưa đông rưới cánh hoa đêm,
Tấm đồng xanh ủ thắm cỏ mềm,
Hay chỉ là bụi đời thế kỷ?
Cô bé kia! Chớ đòi vô lý!
Ép hạt mưa từ quả nhân tâm.
Khói xe công xưởng nghút tầm,
E! Rằng tiên giới phải lâm cảnh này.
Hỏi ta! Ta hỏi ai đây?
Trời cao bất lực, hoa mây xám dần.
Lối này ngươi cũng có phần!
Ngày mai thức giấc quả tâm trả lời!

Năm cái tham

Tham ăn thân sanh
Tham tình dục sanh
Tham tiền đời sanh
Tham danh tâm sanh
Tham học tham làm, cha mẹ sanh.

Táo ông về trời

23 ông Táo lại về trời
Tau rằng hạ giới lắm kiểu chơi,
Các ngài không mau cùng nhau xuống
Vũ trường quán nhậu mọc nơi nơi.
Công nhân thiếu việc chạy nhốn nháo,
Tiếp thị, quán ba, lớp lớp mời!
Mười tám, bốn mươi, đều có cả
Sẵn sàng phục vụ khách làng chơi.
Đêm đêm vũ trường đông như kiến,
Đèn xanh, đèn đỏ thế sao trời.
Các nàng tiên nhỏ hai mảnh vải,
Các cụ hói đầu gần hết hơi.
Thượng đế mau xuống xem cho biết!
"Dân giáng chức tôi: bảo về trời!
Nồi hơi, bếp điện ngưng củi lửa
Xin ngài lùi gót tạm nghỉ ngơi."
Táo ông ☺ (mời ngài xuống đấy để xem đời).

Nạn mất mùa

Lúa mùa mất trắng mấy anh ơi!
Mài răng nhai tạm mớ râu trời,
Sương muối phủ dầy teo cuốn lá,
Lụt tràn dế nhện nhảy nơi nơi....

Ô hay! Cô gái chủ làng chơi,
Ngày đêm son phấn lại lo đời.
Lũ lụt năm nào không kéo đến
Yên bình ông lớn lấy gì xơi?...

Nghề mới

Thị trường vật giá đôn cao,
Tao mày cò đất làm giàu nhanh hơn!
Tối qua chung cuộc ông trời nhỏ
Dự án này nắm rõ trong tay
Mua trăm bán tỷ trong ngày
Không làm thì dại có ngày ra mương.
Thời này ai cũng dựa thân thế,
Được kiếp này đâu có kiếp sau.
Không lo móc nối làm giàu,
Vợ con ruồng bỏ theo Tàu theo Tây.
Sổ vàng, sổ đỏ cầm vay
Trôi đi mánh lớn ngày mai mất nhà.
Bà con có kêu la cũng thế!
Tiền đền bù rẻ ế hụt thâm.
Ông trên không thấy lỗi lầm,
Mình ngồi bên dưới âm thầm chi thu.
Nghe đâu ông to gần thay ghế,
Các chú cò chạy bế cả chân
Dò thăm việc nhỏ việc gần
Không còn giải tỏa biết mần gì đây.
Xí nghiệp công ty dành đóng cửa
Rượt taxi bữa có, bữa không.
Ông trời ngó xuống mà trông?
Kẻ ăn không hết người trồng không ra.
Mặt người lòng ẩn dạ ma!
Buồn sanh nhầm lúc nước nhà chưa yên.

Tiền

Chẳng dòng, chẳng họ, tên là tiền,
Ngày mai ông bảo làng nước điên!
Không dám cải lời ông đâu nhé
Bẩm bẩm, thưa thưa, dạ ngài tiền.
Ai khéo đặt! Tên tiền hay thế?
Ngàn năm qua xáo trộn tứ phương.
Ông to, ông nhỏ, ông vừa
Đập nhau, cắn lấy cũng thương ông tiền.

Cửa khẩu trần gian

Sao hôm, sao mộc xa quá xa
Làm sao tôi đến đáy dựng nhà?
Đất tôi, không còn mang khí sạch,
Lắm loài hóa rắn, hóa quỷ ma.
Từ thời bao cấp tôi đã chết,
Hồn về lo sợ chốn dương trần,
Muốn thăm con cháu còn ở lại
Thủ tục rườm rà bó cả chân.
Tiền vàng giấy bạc còn trong khố
Lanh tay, lẹ mắt đút xa gần.
Qua cửa nhớ! Đừng nhìn ngoảnh lại!
Lũ sói tranh nhau để chia phần.

Lên đồng

Bà đồng, ông bóng nhảy liên hồi
Lúc thần, lúc quỷ, lúc thiên lôi.
Sao không về trời xem thời tiết?
Nước lũ cuốn cuồng dâng nổi trôi.
Trái ngọt, hoa thơm dâng thần thánh
Tiền vàng giấy bạc đốt liên hồi.
Bớ người thiệt hạ, sanh con mắt!
Nghĩ xem: ông tạo hóa điên rồi?

Canh bạc cuộc đời

Thời vận đen đủi tuổi "ba lăm"
Vợ bỏ, con không, không chỗ nằm,
Công danh sự nghiệp còn hư ảo!
Ngày mai chủ nợ có ghé thăm!
Một đêm trúng cuộc trăm người viếng
Cả tháng thua liền có ma thăm.
"Năm hai" lá bài đen lẫn đỏ
Không bùa chẳng phép lắm người hâm (điên).

Tỉnh hay say

Say đi em, quên chuyện buồn năm cũ!
Say đi anh, quên bạn hữu vô tình!
Say đi chị, không tiền lắm kẻ khinh!
Chúng ta say nhìn vòng đời hư ảo.
*
Tỉnh đi em, đời muôn màu dối trá!
Tỉnh đi anh, mùi tiền hóa điên rồ!
Tỉnh đi chị, giàu sang tựa chiêm bao!
Cùng nhau tỉnh nghe chuyện nhà, chuyện nước.

Tâm

Một cánh sen hồng dâng Bồ Tác
Cúi đầu quỳ lạy nén hương thơm
Nam- mô-a-di người cứu độ
Chúng sanh trần thế được bình an.

Tâm niệm nhẹ theo làng khói tỏa
Lòng ta tu tại ở tận lòng.
Kiếp nay ta gieo mưa trần tục
Xin người xóa tội cái tâm trung.

Một đời mưa gió vì đầu lưỡi
Hổ thẹn làm người với gia phong.
Nếu được bay theo làn khói nhỏ,
Thân này hóa đất đai ruộng đồng.

Rủ nhau đi tu

Này! Này! Ta bạn dắt đi tu!
Kinh tế thời này lo chổng khu
Tiên nhà, tiền cửa, con vợ báu
Nghỉ xem sống thế khắc chi tù?
Khi xưa có Phật Thích Ca,
Ngày nay ta cứ lân la học người.
Kiếm cây bàng rộng đám cỏ tươi
Đầu trọc vải thô thế mà cười.
Dân chúng kéo nhau quỳ, bái, lạy
Tung hô tái thế, phật thành người.
Xin tài, cầu lộc, thăng quan,
Ta dây cho cả chẳng can hệ gì.
Chả đại học cũng làm thầy một cõi,
Bác sỹ, kỹ sư, có giỏi hơn đâu?
Thấy ta đầu cúi chào thầy!
Nghĩ đời cũng khoái có ngày lên tiên.

Thần đèn

Một đêm mộng, ta nằm nghe tiên đoán!
Có đời sau phải hóa kiếp tim đèn
Chuyện đời này ta quá đỗi tham lam
Mơ biển vàng rải muôn người khố rách
Mền ấm chăn êm cho bao trẻ lạnh
Vạn gói thuốc thần chữa bệnh thương đau.
Ta tham lam muốn vạn phép màu
Đem mặt trời chia đều trên trái đất
Cầu muôn dân yên bình không bệnh tật
Vạn vật trên đời mãi mãi tươi xanh.
Trái tim ta tham lam bởi chân thành
Vì thế đấy ta biến thành đèn sáp.

Ma sợ người

Sợ quá đi! Ôi ta sợ quá đi!
Con người đấy, đừng đến gần họ nhé!
Hồn rã tan khó dạo chốn dương trần.
Họ đồn rằng: ma là kẻ không chân
Và linh hồn chỉ là làn khói trắng.
Chiếc sọ ai? Đã phơi giòn trong nắng,
Bộ xương khô được hủy trụi từ lâu.
Dẫy mồ đi! Gom đất đặng xây lầu,
Bán đấu giá trong thị trường khép kín.
Khi mặt trời lùi dần về vô tịch,
Các cô nường, cậu ấm mới réo nhau!
Nào xe hơi đủ mốt rượt ào ào
Hai ba tỷ một đêm xài thỏa thích.
Thần tiên đây chúng ta còn phải nịnh!
Huống chi mày, ma nên tránh ra xa!
Họ: con ông, con cháu trụ nước nhà,
Chớ có đến gần con người đấy nhé.

Trời đất và ta

Đã hạ bút chớ sợ lời thiên hạ
Dám khua mây đâu ngại chốn thiên cung,
Bơi ngược dòng trêu ghẹo chàng Trọng Thủy
Thì còn ai? Khiến ta sợ mà lùi!

Viết lên đi những gì nghe, nhìn, thấy
Rửa hai tai chờ đợi chúng chê cười.
Có những điều đau hơn cầm sự chết
Khóa vành môi và dán chặt đôi ngươi.

Biết yêu thương, biết khóc lại biết cười,
Nhận tất cả những lời cay đắng nhất,
Chơi đến khi đất trời cùng chán ghét,
Trả thân này cho cát bụi chia nhau.

Thơ ngu

Tôi chưa bao gờ học làm thơ
Nhờ thâu gôm cảnh sống bụi bờ
Đôi lúc lầu son đeo phú quý
Ru hồn thả chữ, nét đậm mờ.

Ngoảnh tai trong gió cười khúc khích
Chân ngà khua nước ngắm trăng mơ
Tay trên bóng dưới cùng ấp ủ
Mong sao giữ mãi tuổi dại khờ.

Anh lính xưa

Thuở ấy! Xa rồi, thật là xa
Có anh lính trẻ trú bên nhà
Chiều chiều móc võng đôi gốc phượng
Khi trầm, khi bổng nốt gita.

Cô bé nhà ai trộm nhìn thế?
Mắt tròn xen lẫn những tiếng ca.
Anh lính cười thầm lời khe khẽ!
Bé ơi! Ngày ấy vẫn còn xa!...

Trộm trăng

Hàn mạc tử chủ quản lấy vầng trăng!
Nhớ năm xưa người treo nó trên cành!
Rồi rao bán khắp muôn dân thiên hạ.
Ta chỉ mượn trong những đêm êm ả,
Chờ canh ba trao trả lại cho người.
Chậu nước sành, hứng rửa mảnh trăng tươi,
Ta yêu trăng hơn cả Hàn Mạc Tử.
Nếu ngày kia người không còn muốn giữ?
Bán cho ta, ta trả gấp vạn lần.
Ánh trăng vàng lơ lửng giữa không gian
Giúp sông kia diệu kỳ trong đêm vắng.

Kỷ niệm Hội An

Phố cổ lên đèn em ở đâu?
Đường xưa lối cũ một chiếc cầu
Hai con khỉ nhỏ ngồi chòm hõm
Anh đến bên trời em ở đâu?

Mái ngói rêu phong, tường ép vách
Một thời trốn kiếm tuổi hoa màu.
Sóng đời đẩy thân trai lưu lạc
Mười năm xa cách biết em đâu?

Đêm nay phố Hội mở hoa đăng
Trên sông lấp lánh những ánh đèn
Mọi người thay nhau cầu phước lộc,
Anh ngẩn ngơ tìm! Em về đâu?

Hoa lư cũng nguội tàn theo gió
Dòng người thưa thớt trả trăng sao
Thơ thẩn chờ em bên cầu khỉ
Lim dim ôm lại mộng ban đầu.

Người tiều phu bên dòng sông

Ngọn gió lành thổi nhẹ đường tóc xanh,
Bớ trời cao! Sao nhớ tích trong tranh?
Tiếng đàn bầu du dương qua kẽ lá
Lòng ngẩn ngơ, tay núi chặt đôi cành.

Ta yêu em! Ngắm hình mơ tưởng bóng.
Biết hoa vàng dương cánh tỏa bên sông
Kẻ tiều phu mưa nắng đổi gạo đồng
Nào dám đâu lắng sang dòng nước ngọt.

Trở về tuổi tiên

Nhìn mai, lại muốn ngắm đào,
Sờ hoa cúc trắng, hồng trao nụ cười.
Mưa qua, nắng lại "sáu mươi"
Sao còn? Ngớ ngẩn như người "mười lăm!"
Nhớ lời mẹ nói thúy thâm
Tóc khi ngã muối, não thầm tuổi tiên.
Lắm lời đôi lúc vô duyên
Nhìn hai đếm một ngả nghiêng không tường.
Canh đầu gà giục màn sương,
Năm lần đẩy cửa, trăng nhường lối đi.
Hoa lê còn khép cánh mi
Bệ cau trước ngõ phập phì mùi hương
Li bì ngáp ngủ cành dương,
Mình tôi đếm gốc quanh vườn tuổi tiên.

Hoa tửu lầu

Chơi hoa dưới mái tửu lầu
Sao còn ngại bã phấn màu rơi vai?
Là anh thợ đục tối ngày
Mũi đinh lụi mãi ván xoài không qua?
Chỉ được tài khoắt qua loa
Hoa chưa ấm cánh, mưa lòa màn sương.
Ngáp ngày, tiếc của mua hương,
Gởi lui lộ phí, tìm phương về nhà.
Thù đâu, gỗ mít, chà là
Của vườn mà đẽo, đừng sa chốn này.

Nông cạn là lãng phí

Sao liều ngọc nát, hoa tan thế?
Trầm mình, thác đổ trút đau thương
Phí tấm thân ngà xây năm tháng
Thế gian trên dưới mở vạn đường.

Kiến con bám rều trong lũ rút,
Ong ruồi vỗ cánh giữa trời giông,
Hóa kiếp làm người đâu mấy dễ?
Chớ đem xương thịt thả xuôi dòng!

Hởi mẹ Âu Cơ

Tạo hóa sao nhắm mắt?
Nhìn con cháu kêu than,
Quốc pháp mấy rõ ràng!
Ôi người còn say ngủ.
Này bà tiên trăm vú!
Đã gieo giống, gieo nòi
Trăm con cùng một bọc
Trở cùi chỏ húc nhau.
Còn thương đàn con Việt
Xin hóa phép nhuộm màu
Nhốt yên loài thú dữ
Khuyên rừng đất ôm nhau.

Lời mẹ tâm tình

Con đừng khoe nắng mặt trời!
Làn da cháy nắng, xuân thời qua mau.
Trăng tan, nguyệt vỡ, không màu
Gái trôi tuổi mộng, vườn cau khóc thầm.
Còn duyên chàng đợi bóng râm,
Hết duyên mưa nắng, tơi chằm lẻ loi.
Giữa dòng, lạc cánh hoa trôi
Khó lòng tìm được đất bồi dừng chân.
Giấc nồng giữ sắc đôi phần
Không ai thương lấy tấm thân bằng mình.
Dù cho tát cạn biển tình
Cũng là khi lúc vuôn hình mà thôi.

Tiếng chuông đồng

Chuông khua, đồng vọng xa xa lắm!
Tiếng mõ liên hồi góp thê lương,
Cõi trần tan tác như muốn khóc,
Oan ức ai mang đến cùng đường?

Thế nhân đâu hẹp lòng đến vậy!
Cửa chùa rộng mở đón đau thương
Khoát áo nâu sồng xa trần tục
Nghe hồi chuông đổ lại khắc thường?

Có phải hồng nhan còn xuân sắc?
Nhạn yến đôi đường rẽ phân ly!
Lệ giấu theo làn hương khói phủ,
Quanh đây ai đợi tiếng chuông ghì.

Tơ nguyệt muốn se hồng khó đấy
Màng che bóng liễu khuất lối đi.
Nước non, Non Nước, ngàn muôn vẻ,
Biển tình, đen trắng đến lạ kỳ.

Thiên nhiên và tôi

Sãi đôi tay trên dòng sông êm ả
Lặn đáy sâu cuộn lấy đám mây hồng.
Con cá mòi giận ta quấy thiên cung
Nó lắc đuôi đám mây hồng biến mất.
Dòng nước trong cũng ùa theo nỗi gận,
Gió nơi đâu kéo đến phủ quanh bờ
Ông trời gầm như muốn đổ cơn giông!
Thì hóa ra con cá mòi vô tội.

Túi hương

Mười năm chia lá, thay cành
Hoa kia đổi sắc, trái thêm vị nồng
Cành dương già đổ bên sông
Bao năm gặp lại, em trông mặn mà.
Ngày xưa anh thốt không ra
Thời gian xếp tủ, em già đi chăng?
Trán xuân điểm xuống đôi lần,
Răng ngà đổi dáng, má căng đổi hình.
Túi thơm anh tặng đầu đình,
Em còn giữ mãi bên mình ngày nay.
Mùi hoa dầu cạn theo ngày
Nhưng tình năm cũ còn đầy túi hương.

Trộm người

Thảm cỏ buồn bởi màn mây giăng kín
Lấn chen nhau sợi ngắn quấn sợi dài
Xếp xuôi chiều bờ mương nhỏ thơ ngây
Có anh lính thập thò bên cổng đợi.
Muốn hái hoa tắm mình trong nước ấm.
Ngờ dòng tô không biết cạn hay sâu?
Đợi phú ông đi tỉnh cổng thưa rào,
Anh lén vào mân mê chùm cỏ lạ.
Đâu biết rằng nước xuôi dòng êm ả!
Đắm hồn anh tình nặng dạ đêm xuân.
Một ngày kia ông phú hộ đi tuần
Và từ đấy anh thành người tưới cỏ.

Hai màu lá khóc

"Nói đi em! Cửa tình yêu rộng mở!
Để anh dài hơi thở trút hương đêm.
Hát lên em! Hãy ngân khúc êm đềm!
Một tiếng yêu thổi phồng đôi lồng ngực."
*
Ôi trái tim không cùng chung tiềm thức
Dòng máu tươi đâu hòa ấm đêm đông,
Dù gối tay qua chăn chiếu đêm hồng
Mà hoa đây vẫn thấy cành xa lạ.
Đừng bảo em thốt lên lời dối trá!
Và xin đừng gõ nhịp bảo em ca!

Lưu hương

Mênh mông đến tận chân trời
Bèo trôi mây hóa én vời xa xa.
Nhớ nhau khi ở tuổi già
Tìm về chốn cũ lân la thăm người.
Tình xưa ví tựa hương tươi
Cho nhau cái ngắt, nụ cười khó quên.
Bắp bên con nước qua nghềnh
Chiếc câu móc đợi nàng bên kia bờ.
Chiều tà nắng rọi lơ thơ,
Bà ba xẻ nách lửng lờ sang sông.
Ấp e mảnh giấy đôi dòng
Nỗi niềm chờ đợi một trông hai chờ.
Ngày kia' con nhạn trao thơ
Nhắn người quân tử đợi chờ bãi dâu.
Đêm thâu trăng tỏa trên đầu
Vừng mây nhấp nháy, má trao ân tình.
Đẹp đôi sáng ánh bình minh
Hẹn ngày kết bóng, xe tình, chung chăn.
Bỗng dưng mây cuộn mấy tầng!
Trời giông, đất lở, tiếng gần vọng xa.
Rằng mai kiệu thắm giăng hoa
Hài cao gấm thước vàng lòa gót chân.
Ai! Chia vành nguyệt tơ trần?
Xẻ đôi chữ hỷ, đổi vần từ cung.
Lòng tôi đau đớn tận cùng
Vai đeo túi vải đùng đùng xa quê.

Tình dầu lún những u mê,
Giận ai, ghét cả bờ đê bến đò?
Biển sâu ngọc quý khó dò,
Tình sâu gãy khúc, thụt thò năm canh.
Thời gian biến sắc đổi cành
Bao năm khuất mặt, giậu xanh ngả màu.
Sáng mai gió thổi chân lầu
Tình vơi đôi chút, nỗi sầu dần nguôi.
Đêm nay khúc nhạc chung vui
Ly nâng chén cụng, bùi ngùi nhớ quê.
Đường xa lắm đoạn ê chề,
Đầu làng ló dạng bờ đê năm nào.
Thuyền đây bến cũ đón chào
Thẳng chân ta bước chớ nào ngại ai!
Trông xa mái ngói nối dài
Trông gần khóm trúc, bụi mây kết rào.
Chào em! Mưa nắng ra sao?
Chồng con chăn gối thuận hòa hay không?
Nghe anh hỏi chuyện, mủi lòng,
Con ngoan, chồng hảo, thông gia thuận hòa.
Mong rằng sen mãi trổ hoa
Xây cầu bắt ván, đông hòa tây nhu.
Chúc em trọn khúc tình ru,
Tơ xưa chẳng đặng, giao du tình làng.
Ngoảnh lưng nước mắt lưng hàng
Đàng chia lối xẽ, còn mang nặng tình.

Lời của gió

Ngày ấy anh giận em không đến!
Đôi lời thầm trách bởi nhớ mong.
Khối tình ôm mãi sang đất khách
Đâu biết hồng nhan nổi bềnh bồng….

Tóc tơ đường nẻo còn xanh gốc
Khung trời đâu khép cửa tình trông.
Bến nước năm xưa chờ khách cũ
Lời ai nhắn nhủ phận má hồng.

Tâm sự cùng biển

Cánh nhạn lưng trời đảo ngẩn ngơ
Tình anh mưa nắng nhạt hững hờ
Biết lấy hồn ai ôm bóng nhớ
Thì thầm trên biển trống bơ vơ.

Cát xây trên cát, cát lún sâu,
Mưa gieo vào biển nước ru bờ,
Đôi sam bám chặt tung theo sóng,
Nỗi lòng trăn trở chốn hoang sơ.

Mượn người

Mượn cảnh người thầm thoải cái ước mong,
Đảo lộn rồi người có trách ta không!
Tỉnh hay say điên cuồng trong trống vắng?
Ôi cơn mê ta nhầm lẫn bạc đồng.

Hỡi bóng đêm! Hãy ôm nàng trong mộng!
Linh hồn này ai có mượn ta trao?
Tình làm chi dìm mình trong bể khổ.
Trái tim này ngàn lỗ để nàng xâu.

Bến chiều

Bao năm rồi ta có nhận ra nhau?
Gió thời gian vạn vật cũng phai màu.
Bụi trúc kia đâu còn vươn vai thẳng
Tre đầu làng nghiêng trụi lá mòn gai.
Nỗi thế nhân có mấy ai thấy được?
Trăm năm đời người thuở mấy là bao!

Thế lâu rồi ta mới nhận ra nhau!
Bước thấp, bước cao ôi thấy nghẹn ngào.
Búi tóc thơm đã đổi màu tro sớm
Bờ mi mềm thêu dệt nét xuân trôi
Chẻ đôi môi nụ cười duyên ngày trước
Giọng nói rào khe khẽ gọi tên nhau.

Vũ trụ bao la em sống thế nào?
Anh đêm ngày mãi đồng sâu ruộng cạn.
Với thú trăng sao soi làm bè bạn
Giục chiếc gàu sòng xua chuỗi ngày đêm.
Nhìn áo ai với khúc lụa sang mềm
Phải chăng em thuyền vàng neo bến ngọc?

Thuở xuân thời ôi lắm sông nhiều vọng
Trôi theo dòng lưu chuyển bão trường sinh.
Xống nghêu ngao theo mãi đám cá kình,
Lũng mạn thuyền biết đâu tìm bến đỗ.
Hỡi sông kia đêm nay còn trống chỗ?
Để thuyền tôi tạc vỗ vẹn câu hò.

Trái tim màu xanh

Cảnh thanh bình êm êm làn gió,
Bỗng nghe vang tiếng sáo trầm tư,
Lay tàu lá chuối lắc lư,
Trông con chim nhỏ chần chừ không bay.
Ôi tiếng sáo! Hồn say một cõi
Yêu trong lòng mòn mỏi nhớ mong.
Sao không nhắn gởi đôi dòng?
Nhờ con chim nhỏ sang sông kiếm nàng.
Đời được yêu mơ màng là phước,
Đừng như ta một bước sợ yêu!
Trái tim hóa đá bốn chiều
Theo mây, đùa gió, thả diều, cười trăng.

Ngày em đến

Ngày em đến trong tôi bừng ngọn nến!
Hương quanh vườn tỏa điệp khúc yêu say
Bóng trăng thanh trong suốt vũ đêm chày
Là cứ thế, "ta yêu người hôm ấy."

Ngày em đến lòng ta choàng sống dậy!
Trái tim run như máu chảy ngược dòng
Mười nụ hồng ta dâng nỗi nhớ mong
Ôi! Sung sướng nghe được lời êm ả.

Ngày em đến lá hôn run vội vả
Bờ môi ta nghiệt ngã vị tình si
Dang đôi vai đón lấy mái tóc thề
"Ừ" một chút lần đầu chung da thịt.

Ngày hôm ấy, em không còn đến nữa!
Nhớ anh yêu, em sẽ mãi ra đi!
Bên kia đại dương gởi tuổi xuân thì,
Thành phố buồn thêm một người lẻ bóng.

Lửa tình yêu

Đừng khóc nữa! Ôi linh hồn bé nhỏ!
Giọt lệ nàng hóa đá, trái tim đau!
Khép đôi mi ngăn lấy nước mắt sầu,
Anh sẽ đến với thân hình khối lửa.
Ôm anh đi! Mảnh tuyết tan gọt rửa
Hòa thân em ướp dòng máu tươi nồng.
Dệt thắm tình êm ái những đêm đông,
Tắm trăng vàng say yêu trong giấc ngủ.
Trái đắng kia em bỏ vào ngăn tủ,
Chìa khóa đồng anh ém chặt nó đi.
Giấc mơ hoang sẽ mang lại những gì
Em cần đến! "Một tình yêu chân thật."

Muộn màng

Anh nỡ vô tình đến thế sao?
Biết rằng gặp gỡ chẳng bao lâu,
Tình vui theo gió sầu gởi lại
Vì ai chảy bút một dòng châu!

Hương gởi nhụy đầu anh có nhớ!
Bao lời mây nước suốt canh thâu,
Nếu biết bên anh còn cái Tấm,
Bống đây đâu gởi trọn vôi trầu.

Yêu mãi

Cứ mãi yêu đi cùng năm tháng
Đừng dừng lại, đời đốt cháy thời gian.
Cứ mãi lang thang còn tìm thấy
Gió vô tình muôn nẻo rải hương vàng.

Anh cùng em theo hướng gió phong trần
Yêu cho đến trái tim ngừng mới chịu.
Không, không đâu; em vẫn còn chưa chịu!
Hóa kiếp rồi, em mãi bám theo anh.

Cô bé ngày xưa

Ngày xưa ta bé ta chơi
Tắm mưa ở lỗ giữa đất trời
Chạy theo bóng nước, ta cùng nước
Lạnh tím bờ môi chẳng muốn rời.

Ngày xưa ta bé ta ngu
Ríu ra, ríu rít sẻ chuyền cành
Ta nhảy theo chim chuyền như chúng
Ngã xuống bờ ao làn nước xanh.

Ngày nay ta lớn ta hoang
Yêu người xứ lạ dệt mộng vàng
Lầu son cổng lớn chân ta bước
Phu quân đức độ, con hiền ngoan.

Ngày sau, không biết ra sao?
Hỏi gió bay ngang, gió không màu?
Hỏi sấm đôi lần ông nổi giận?
Hỏi trời? Trời bảo! Hỏi trăng sao?

Cái bóng

Bóng bóng, bồng bông em và tôi
Mỗi mùa trăng tỏ bóng theo đôi
Nhảy múa tung tăng trên bãi cỏ
Hai bóng đè nhau trăng lờ trôi.

Bóng em lớn dần xa bóng tôi
Mưa về giăng lối bóng chia đôi.
Em đẹp em xinh vui ngày cưới
Bỏ lại bên đời một bóng tôi.

Hợp tan

Giận chi nổi gió liên hồi?
Chao nghiêng mặt nguyệt xẻ đôi mây hồng.
Xưa nay trời đất nổi giông
Cây run, người sợ, cá đồng lặn sâu.
Lời ai như lưỡi dao bào?
Trở ngang, vút dọc, còn đâu là tình.
Một lời em tỏ thanh minh,
Năm câu anh trút như sình bám chân.
Ngàn lần lội cát lún chân
Chứng nào tật ấy chẳng cân nhắc mình.
Theo hoa kết rễ chắp hình
Sao còn thổi ngọn gió tình đong đưa?
Thôi thì anh cứ theo mưa!
Bên đây nắng ấm, hoa thưa chớ màng.
Xa xa chim sẻ chia đàn,
Nhà ta chia đũa, hoa trang những cành.
Bận lòng chi tiết xuân thanh,
Chúc anh trọn phúc tuổi xanh mãi còn.
Màu trăng, màu nước, màu son
Trôi theo bến đục, thoát mòn màu da.
Đêm nay bóng nguyệt ngả già
Chỉ mong yên tịnh thưởng trà ngâm thơ.

Bé yêu

Em thích anh gọi em là cô bé!
Làm chú mèo thỏ thẻ dưới chân anh.
Nắng ban mai rọi xuống ấm chân thềm,
Anh sang nhà cho em cây kẹo bé,
Cõng em đi quanh đường làng kiếm mẹ,
Hái ổi tàu trái chín bỏ tay em.

Em thích anh gọi em là cô bé!
Tan trường làng em lẽo đẽo theo sau.
Bài tập đây em chép cả đi nào!
Mai có lớn em sẽ làm cô giáo.
Thế thì anh phải làm người bán dạo
Mỗi một giờ anh lại nghé thăm em.

Em thích anh gọi em là cô bé!
Tóc ngả màu anh nhuộm chải mỗi xuân
Đến trong mơ anh cũng chỉ vui mừng
Mỗi nụ cười đó là em, cô bé!
Rồi sáng mai bóng em hòa nắng nhẹ.
Đau đớn lòng anh gọi bé yêu ơi!...

Đóa tương tư

Em lớn lên từ cái đêm hôm ấy
Và biết yêu cùng ngấm vị hương tình.
Trái yêu đeo lớn dần theo năm tháng
Mặt trời lên chiếu rạng đóa tương tư.
Màu trinh nguyên đã thôi dần huyền bí,
Đến bên em, anh lạnh lẽo vô hồn.
Ôi nhựa đắng tràn ôm làn môi héo,
Giọt mưa thu theo kẻ má trôi xuân.
Khóc đi hương! Khóc thả ngọn lửa bừng,
Mai gió ấm sẽ hâm mùi tóc lại.
Phép nhuộm màu con người được tìm thấy
Từ con tim chứ đâu phải xác thân.
Nếu ai kia! Khao khát đến ngu đần
Nó chỉ là một loài sâu trong đất.
Hãy lớn lên bằng những lời chân thật,
Màu hoa tình ẩn nấp ở quanh ta.
Ngọt biết bao khi hơi thở dung hòa
Đó chính là khúc tình ca chờ đợi.

Đá mềm

Khóc nữa đi em để đá mềm!
Điện nhà không đủ sáng lem nhem,
Chúng bạn chê thằng tây già xấu,
Lui tới non na kiếm chút hèm.
Mơ màu tuyết trắng trời âu Mỹ!
Thân già lắm thịt sướng thân em,
Đô la, ngân phiếu, chồng cả thước
Ông nước, ông non, cũng phát thèm.

Trái tim phù thủy

Ngủ đi em để linh hồn dạo phố!
Ta gặp nhau dưới tán lá cây bàng.
Anh mua trăng tỏa sáng đều khắp lối.
Gọi gió về nâng nhẹ bóng em bay.
Hỡi thế nhân! Hãy chìm trong giấc ngủ!
Ngàn vì sao thức trắng đợi đón em,
Hoa quỳnh hương hé cánh ngả bên thềm
Đeo chân gió, đưa em vào vũ trụ.
Ngắm đi em những vì sao biết nói!
Không gian này chỉ có mỗi anh em!
Các thần tiên kéo mây trắng làm rèm
Để chúng ta, yêu cuồng trong khát vọng.
Qua cơn mê linh hồn vừa tỉnh giấc.
Mặt trời hồng, anh đặt dưới chân em,
Nào ban mai hãy mở cửa êm đềm,
Trải trước em màu hồn nhiên tươi đẹp.
Ta yêu em đến điên khùng mất trí
Cả linh hồn cố chạy bám theo sau,
Ước đôi tay tung lên vạn phép màu
Hóa tàng hình vào tim em ẩn trú.

Chuyến phà không tên

Lặng nghe gió luồn qua vách đá
Mưa đêm đôi hạt lả tả rơi,
Lá trút qua thu còn gượng lại
Lo đôi cành nhỏ lạnh đông tràng.

Sương đêm phủ ướt đẫm chiếc lá
Vành trăng nhỏ bé ngủ trong mây,
Đêm khuya nhớ bóng người khách lạ
Chiều nay cùng xuống một chuyến phà.

Đêm nghèo

Không gởi trọn những vần thơ hay
Đành viết lên những lời cay đắng.
Không tạo ra những ngày mưa nắng
Mài mực đậm phun giấy trắng thành mưa.
Đã quên đi những khối tình yêu xưa
Thả hồn trôi suối tình trào phía trước.
Đồng tiền xanh lùi dần trong tấc thước
Thắt dạ dày đôi ngụm nước qua đêm.
Không một ai cùng chia sẻ vạn niềm
Nào giấy bút ta tung hoành lượn múa….

Người trong mộng

Đêm tịnh vắng ta nghe lòng thổn thức,
Bóng người xưa sao ẩn hiện quanh đây!
Chiếc lá rơi lách cách gõ then cài,
Ta cứ ngỡ chân người trong dĩ vãng!
Cô đơn quá ôm vành trăng lơ đãng,
Giọt lệ sầu ta gởi đến ai đây?
Hồi tương tư theo kín mãi canh chày
Cuốn hồn ta chìm sâu vào giấc mộng.
Hãy giết đi! Hãy giết người trong mộng!
Sao chần chừ dệt mãi cõi u mê?
Xác thân ta lạnh lẽo khắp bốn bề
Không! Ta phải ôm chặt người trong mộng!

Tình đầu

Nhắn gởi đôi lời chút thâm giao
Xa cổng xa thành biết nói sao.
Giờ này năm ấy chung chén ngọc
Chạnh lòng hương cũ giữa đêm thâu.

Mây luống hồn tôi ôm trống vắng
Gió ngược thổi giòn bóng nhạn xa
Trời nam, bể bắc trông trông mãi!
Trăm năm lưu luyến một đêm ngà.

Thói đời

Rặng dăm bầu đã đôi lần xuống trái
Khế sau vườn không đếm được lần đươm.
"Chờ tin ai? Mòn mỏi suốt đêm trường!
Đêm vượt biển cũng là lần gặp cuối.
Dẫu em muốn, nhưng mẹ già yếu đuối,
Hai con khờ, sao chống nổi sóng to?
Thì thôi em đành bước lỡ chuyến đò,
Biển đưa anh tìm vùng trời no ấm.
Đã mười năm sống cảnh đời cô tấm
Không một lời cũng chẳng lá thư rơi.
Nào biết anh còn sống ở trên đời!
Hay bỏ xác nơi vùng sâu biển cả?
Bao nhiêu đêm mơ anh về thong thả
Nhưng chỉ là ảo giác của riêng em.
Ngày mưa gió, cảnh cơm thiếu cá thềm
Mẹ trút hơi không một lời trăn trối.

Dòng lệ nhỏ đêm hằng đêm thấm gối
Môi bạc màu tóc trắng điểm thời gian.
Nhận được tin em thổn thức mơ màng!
Anh sẽ về thăm mẹ con xuân đến.
Ngắm giếng soi, tập tành lời thương mến
Chút thẹn thùng lâu lắm chẳng gặp nhau.
Ngày mai xuân lát đất trổ hoa đầu,
Ba đã về! Đúng là anh rồi đó!
Tiếng con reo ôm chầm cha trước ngõ,
Anh hững hờ như gió thoảng qua đêm.
Nhìn các con đau đớn khúc ruột mềm.
Sau lưng anh một bóng hồng duyên dáng.
Chân cứng đơ tay vẹt mồ hôi trán
Tôi lặng người tê tái giữa mưa xuân.

Đợi bóng về

Mưa nặng hạt, gió giông thổi tới
Đập liên hồi nát giậu mồng tơi,
Cành mẫu đơn nghiêng ngả giữa trời,
Giàn thiên lý hoa rơi lã tã.

Lập đông nay tiếng đàn ai nhả?
Khúc ca trù lạc mất nơi xa,
Bóng em xưa khép nép hiên nhà
Nay thẩn thờ mình tôi đầu ngõ.

Gốc mơ hẹn năm xưa còn đó!
Chiếc võng chiều chưa nhạt màu tro
Đàn ghita anh khảy, em hò
Thế mà nay mỗi người một lối.

Bóng trăng nghiêng soi viền chân gối
Năm canh dài nối nhịp theo nhau
Ôi lòng ta yêu đến dâng trào
Đôi tay chăm ngàn hoa đua nở.

Mẫu đơn kia cánh tràn hớn hở
Mồng tơi vươn ve vẩy đâm chồi
Thiên lý trắng chạnh lòng lữ khách
Mong một ngày bóng lại chung đôi.

Bóng tôi

Giọt nước mong manh nhỏ xuống dòng
Thấy gì trong biển nước mênh mông?
Tôi mãi mê theo đàn cá lội,
Rong xanh uốn lượn, hỏi ai trồng?
Giữa hè mây kéo đổ mưa giông
Nước thấm trôi đi cả son hồng
Hai đồi ngọc bích xuân còn ngậm
Ủ dòng nước lạnh trổ ngàn vân.
Chùm rong, bụi cỏ, cá mình trần
Trên thiên, dưới địa, lẻ một thân
Bóng cười ta! Vai nghiêng nhìn bóng?
Đảo ngọc trần phơi thoải một lần!

Duyên đắng

Bạc ngân vàng lượng có thấm gì?
Thắt lưng anh bụt đã cất đi
Gió bút ngang lưng, em mới thấy
Mất anh, đời này chẳng cần chi.

Nhớ năm xưa em tiễn anh đi
Năm ngón tay đan, má em ghì
Bao lời ước hẹn ru đầu lưỡi
Em mỉm cười, đợi miếng trầu xơi.

Bao chuyện đời nghiêng ngả lả lơi
Thời gian cũng đổi lời trăng gió,
Hoa kia ngủ, bình yên trong lọ,
Ngày gió về thổi nhẹ niềm đau.

Trách hoa ơi! Đã khép cánh đào,
Ong ngẩn ngơ tê vòi khô mật.
Ôi trong mơ! Hay là tranh thật?
Vẽ vòng đời bạc phận lưu vong.

Hãy sót thương yếu ớt cánh hồng!
Gởi nhụy tươi cứu bề gia thế,
Thắt lưng xưa thu mình trong kệ
Lúc vắng người tay chạm mẩn mê.

Chớ nào quên tình nghĩa hẹn thề
Thương cho ni hồng tôi yếu đuối!
Thoảng đêm đêm đưa hồn trong suối
Mộng đồng sàng bay đuổi cùng ong.

Đắng cay chao đảo phận má hồng
Cảnh chung chồng như gông đeo cổ.
Có sướng chi! Mà anh phẫn nộ!
Buồn cánh hồng rũ rượi héo khô.

Nếu mai sau chuyển kiếp hóa mồ?
Tỏa hương đài cùng ong xây tổ,
Cười lên đi! Hồng tôi nở rộ.
Cổng thiên đàng tái ngộ duyên sau.

Về đâu

Bữa nọ tôi về cạnh bờ ao,
Dáng ai với búi tóc dạt dào?
Ký lại trong tôi ngàn nỗi nhớ
Rồi hằng đêm mơ mộng xuyến xao.

Bữa nọ tôi về dọc hàng cau,
Bao tiếng trẻ thơ khóc càu nhàu
Thấy em bồng bế trông bận bịu
Trách thầm ta đã trễ lời giao.

Bữa nọ tôi về lén ngõ sau,
Tóc em bao sương gió bạc màu
Anh Bảy khỏe không, lời em hỏi?
Bút lòng tôi nước mắt nghẹn ngào.

Hôm nay tôi về với lo âu
Nghe tin em vãng cảnh hôm nào,
Đau đớn hồn tôi ngàn rũ rượi
Đời người có mấy lần về đâu.

Đêm nay tôi về trong chiêm bao
Không gió không sao không tiếng chào
Hồn mộng lang thang tìm hương cũ
Hỡi người! Hỡi cảnh! Rũ còn đâu!

Công chúa của nội

Chành chành ta như con chim sẻ
Theo chân ông nhảy nhót đám ruộng vàng
Hạt lúa tròn đủng đỉnh giữa nắng rang
Con sâu đóm rùng mình ta thất sắc.
Nội cười ào cùng những lời cân nhắc!
Này cháu ơi! Chớ lội nước ngậm phèn
Móng chân vàng, làn da mỏng rám đen
Đừng làm xấu ngày mai làm công chúa.
Sợi rơm vàng êm chân tôi nhảy múa,
Hò tiếng ca non nớt dưới trời xanh,
Gió vi vu thổi nhẹ bước chân lành,
Cùng bóng nước ta hóa nàng công chúa.
Nhớ lời xưa bên cây rơm tua tủa,
Trong hương rơm còn ấp ủ lời người.
Mùa gặt về nhìn những gốc rạ tươi,
Nội ơi! Nội! Cháu đã thành công chúa.

Hồn quê

Lỡ bước sa chân một chuyến đò
Trời chiều thủy rút, bão giăng to
Đài sen lấp ló, đò thưa bóng
Mặc mái chèo khua, thả câu hò.

Cái cò' bay lã… lã bay la…
Cò nhắn giùm ta nỗi nhớ nhà!
Hò ơi'… hò hỡi'… người ta nhắn!...
Có phải chăng người đã quên ta?...

Nhớ bờ liễu uốn ướt sương sa
Nhớ bóng cây đa ngã hiên nhà
Nhớ hàng dâm bụt quanh năm nở
Nhớ từng trang vở tuổi ấu thơ.

Đất bồi, đất lở sóng lơ thơ
Xa xa con nước rút đôi bờ.
Khúc tiêu ai tấu, lời ta hát?
Phải chăng muốn tạc bản tình ca?

Thuyền qua ghe lại tuổi chóng già
Bao lần nghe tiếng sáo ngân nga
Lão đây đưa đò quanh năm tháng
Thế mà chẳng biết sáo gần xa.

Ghe vừa cập bến đỗ gót ngà
Bốn bề vắng lặng lá đa bay
Cổ miếu năm xưa cây bàn cũ
Quanh năm reo phủ rễ leo tường.

Nhìn quanh thoang thoảng bước sang đường
Chiều dần bóng tối ngả trên mương.
Hối hả đôi chân về xóm chợ
Lát đát đôi người réo bán hương.

Dừng chân mua dăm quả cam vườn
Giật mình nghe tiếng sáo du dương
Lần theo mái chợ tranh xơ xác
Ngờ đâu tiếng sáo của người thương.

Lặng đi chân lão đảo cuối đường
Lệ tràn môi mấp máy xót thương
Bên hông ánh đèn đêm hiu hắc
Đau lòng, đau cảnh khóc phố phường

Nhân thiên tranh

Cảnh vật nên thơ hạ bút vũ
Sóng giòn cá lội rẽ long cung
Thủy tề khua nước thuồng luồng nhảy
Tôm hùm bạch tuộc xếp san hô.

Lục bình nhấp nhô hòa sắc thủy
Mộc dương thụ bóng hóa vân thùy
Thủy thiên nhất sắc ai hoàn biến?
Phong nguyệt song thanh nhớ cố tri.

Đệ kết lương duyên tròn ý nguyện,
Chị hoài chí lớn dựng gia thanh,
Khắc công học toàn hùng tâm trảo
Đặng phán khoa hào tỏa lý quang.

Cho tròn chữ hiếu

Cha nhìn tôi với ánh mắt đa nghi!
Thì trách chi những lời trong thiên hạ
Chưa đủ vần đặng muốn ghép chữ ta.
Bởi sinh ra trong cảnh nhà cơ cực
Thuở thiếu thời đã giũ áo thư sinh.
Trôi nổi lênh đênh giữa chốn lậy sình
Vẫn không quên miệt trau dồi kinh sử.
Mong một mai vuôn hình trong biển chữ,
Thư mẹ hiền, cha đức tựa keo sơn.
Lời nhớ ơn công dưỡng dục sanh thành
Mãi tôn thờ vạn lần con báo hiếu.

Sanh nhầm chốn

Chiếc lá cuối cùng rơi lặng lẽ
Cành đa trơ trụi giữa không trung
Gió bấc thổi giòn thân nứt nẻ
Rễ non bủn nhủn đám mối sùng.

Thương cây đêm dội nước đôi thùng
Bởi hình lớn dậy chốn tre hung
Chen lấn muôn ngàn gai lĩa chĩa
Nên thân đâu dám đọ bách tùng.

Khúc thùy ru

Chiều hạ vàng lũ sóc tung tăng
Chú thỏ non nhảy nhót chân vàng
Trái dẻ rơi lăn tròn trên cát
Bụi ngủ ngày lát đát đôi hoa.
Dễ thương ôi! Cảnh vật ôn hòa.
Chân ta bước, lòng ta ao ước
Khắp đó đây đất trời xanh mượt
Cái thanh bình tái tạo nhân gian.
Đắm hồn ta, sáng dải ngân hà
Hóa đồng xanh vui cùng chim thú
Tình trai gái ôm tròn giấc ngủ
Mãi mãi đời đẹp khúc thùy ru.

Một chiếc lá xanh

Chênh chênh một mảnh trăng vàng
Mây reo trước gió, xuân sang bao giờ?
Tình anh lạnh lẽo hững hờ!
Điệp khoe cánh thắm, nắng lờ mưa rơi.
Ngẩn ngơ lại trách tội trời
Thèm hoa chiếc bóng, chim trời lẻ đôi.
Vì đâu? Nhạt nhẽo duyên ơi!
Vì đâu? Người ấy xa khơi đổi bờ!
Ngồi trông đứng đợi ngẩn ngơ
Biết làm sao đặng nối bờ duyên xưa?
Lời em trót dại gieo mưa,
Sao anh lại để (dây dưa) trong lòng?
Biển tình lúc đục, lúc trong
Giận chi! Quên cả đêm nồng hương say!
Nhất thời em mắng gió mây
Nào đâu để bụng, nói ngày quên đêm.
Anh đi thư đính bên rèm
Tăm hơi mất dạng, đèn đêm lu mờ.

Mười năm em đã đợi chờ
Không tình thì nghĩa, dây tơ vẫn còn.
Máu đào nhỏ giọt đêm son
Cánh sen em ủ, sữa bồn em chăm.
Xuân nay đào đã nẩy mầm
Đêm nằm gặn hỏi thì thầm cha đâu?
Nửa lời cũng chẳng thành câu
Hình đây, ảnh nọ, chớ nào ghé thăm.
Thương con nước mắt chảy dầm
Lời mẹ gay gắt, nên mầm lạnh đông.
Thằng lần tích tắc bên hông,
Đánh lỡ khúc nhạc ấm lòng con thơ.
Trưa nay ngắt đóa hoa mơ
Hạt sương còn đọng cánh lơ thơ nhàu
Mãnh thư nhắn gởi hôm nào
Thả trôi dòng nước cuộn vào rong reo.

Một khắc nghìn vàng

Trở mình răng rắc giữa canh ba
Qua song bóng nguyệt, khóm trúc già
Gió đưa chiếc lá in thềm cửa
Bên mình thoang thoảng một mùi hoa.
Chẳng phải bạn, chẳng phải yêu ma!
Chăn gối đêm thâu thấu đậm đà.
Hỡi nàng áo tím còn ngon giấc,
Ngày mai gặp lại có nhớ ta?

Tình trời nghĩa đất

Núi buồn vách bạc màu sương
Cỏ đau tiếc nắng, lộc dương héo gày
Bể trời ửng đỏ màu mây
Vạc công khác nước cổ cay rủ mồng.
Bất thình đổ trận mưa giông,
Ta cười, công múa, hoa đồng nụ khoe.
Nhảy này, ta hát, công xòe!
Vui thay trời ổng khóc nhè vì yêu.
Yêu bà đất rặng trăm chiều
Yêu ngàn con cháu cỏ hoa dại khờ.
Mong trời đất mãi nên thơ
Mưa hòa, nắng thuận bốn bờ tốt tươi.

Khóc hay cười

Ta đâu biết ghép vần thơ hay
Mà đưa tay với tán lá dày
Bất chợi gió chiều đôi là rụng
Đếm nó, nhặt thơ, giãn chuỗi ngày.

Ta đâu biết viết những lời ca,
Bên sông trỗi dậy khúc sơn hà,
Vui lòng hét lên lời non nước,
Quanh vườn muôn thú tưởng ta ca.

Ta đâu biết khóc giữa đám ma,
Kẻ hét, người lau chiếc quách ngã
Chúng tiếc hòm rồng trông vô giá,
Bật cười, nước hẽm són thấm da.

Ta đâu biết sợ bóng con ma
Lại ngại cô đơn lúc tuổi già
Một mình lẩm bẩm theo tiếng gió
Người đời không hiểu tránh xa ta.

Lời Tú Xương

Tú Xương có dặn: "tránh chồng chung"
Đọc sách qua đêm đặng hóa khùng
Trai tráng, anh hào, đeo muôn ngã
Khước từ theo gã bị vợ ruồng.

Đường chồng, đường vợ đâu đã dứt
Rụt rà, rễ má cứ dây dưa
Lương tháng đôi đồng trôi lu lấp
Nửa đêm tỉnh giấc thấy mình thừa.

Cành hoa số phận

Mặt trời hứa sẽ ban màu nắng mới!
Giúp mùa đông không phải lạnh quanh năm.
Nắng lên đi, rọi hoa lá xanh mầm!
Kịp nụ hồng, tặng em tròn "mười chín."
Hồn yêu em, sao thân này câm nín?
Thoáng bóng nàng, ta lại núp ra xa…
Lá trên cây nổi giận cọ hiên nhà
Ôi thương mi, lửa tình nung lòng đất.
Ta cho ngươi, mượn cành hoa số phận,
Soi tim nàng sẽ thấy bóng phu quân.
Nếu hoa kia! Đôi cánh héo trong tuần,
Tình đơn phương, trăm năm đừng mong đợi.

Trúc vàng

Trúc rợp bờ ao hóng bụi trần
Đất vườn mối đục, đứt cả chân
Bứng rễ vào nam hòng giữ giống
Lạ nước, phân hôi, gốc thúi dần.

Đêm rằm, bụt hiện lời tiên đoán!
Cùi nhành trúc nhỏ thả cửa đông,
Có chàng quân tử, yêu gái Việt
Xem hoa, thưởng mộc, dệt đêm hồng.

Tu hiện đại

Tôi muốn đi tu để được hầu.
Người thì bưng nước, tiểu bưng rau
Một mõ, một dùi ta cứ gõ
Đạo tụng đêm ngày đặng sống lâu.

Tôi muốn đi tu được thành tiên
Đắc đạo chi tâm chịu ngồi thiền
Của đời biếu tặng, ta nhận cả
Chối từ đức Phật đọa triền miên.

Tôi muốn đi tu đổi kiếp sau
Kiếp này ăn bám chẳng làm giàu
Cúng nhường bớt đi vì kinh tế
Xá lợi trong xương chả nhuộm màu.

Tu đứng, tu ngồi, lạy bát hương
Cha mẹ sanh ra kiếp đoạn trường
Mồ ông, mồ Tổ, đâu đứng bái!
Tối ngày, cúi lạy để người thương.

Năm- mô!... hết sảy lạy cúng nhường.

Tiếng rừng

Ai ơi! Có thấy rừng khô khóc!
Mưa về lá muộn chẳng nên xanh
Gió rít đôi cành kêu răng rắc
Chim chóc đua nhau trốn vào thành.
Ông kiểm, ông lâm hè nhau cả
Lim hương, trầm gõ lót sàn nhà.
Khiến sói! "Thổi bùng dăm ngọn lửa!"
Trời mưa đất chịu "cười khà khà."
Thác lũ đua nhau về thăm viếng
Đồng bằng hóa biển nút thương dân.
Lúa ngô vùng vẫy thân bủn rủn,
Khen ai khéo dựng đẹp một tuồng.
Trên cao ông lớn hò cứu trợ!
Thiên tai nước bạn chớ làm ngơ!
Nổi trôi gói mì rơi trên mái,
Trăm con chuột ướt há mỏ chờ.

Khát hạ

Phong đình vân trệ khí trung hư
Thủy tức hỏa dòn ngư hối chư
Thiên lôi cảm thụ khai hồng vũ
Đông tây nam bắc thoát trầm ư.

* B

Gió ngừng mây tụ, trời oi bức
Nước như sôi, cá ngấp giữa dòng
Trời có thương đổ trận mưa giông
Bốn phương trời cá bừng tỉnh giấc.

Phần II

Vui cùng Xuân

Cỏ

Cỏ đặt nơi đâu nó cũng đẹp
Chảy nước môn lùi cỏ lấm lem.

Cỏ

Dại nơi đâu
nó đẹp
Cũng dây nước
non
Lưới
Cỏ
lấm lem

Gởi chị Hồ Xuân Hương

Hỡi bà chúa quỷ thơ nom?
Sao bà ngậm hết cả vòm trời Nam
 Chiếm luôn cả ánh trăng rằm,
Sông kia biển nọ, đồi lam bìa rừng.
 Một đời danh tiếng lẫy lừng,
Mầm sau cầm bút nhỏ từng giọt xanh.
 Thảo vần ghép chữ theo tranh
Dư thừa giấy bút thật ganh với bà.
 Từ nghèo câu thiếu thụt thà
Cắt đầu thừa đít chia ba dụng lời.
 Trông trời, ngóng biển, đào khơi
Mò đông, hỏi bắc khó thời đặng câu.
 Mấy lời mẹ hát dãi dầu
Nắng mưa phiên chợ tạc châu đôi dòng.
 Quạt mo bà múa tây đông,
Thời nay tân tiếng điện vòng vô dây.
 Còn chi để tả gió mây?
Trăng khuya nước biết ngày dài đêm thâu
 Tình duyên thâm thúy đổi trao
Leo dòng nước xiếc thuyền chao đôi bờ.
 Còn đâu chữ đẹp vần mơ?
Thay bằng "mail chat" lờ mờ chữ Tây.
 Bánh chưng, bánh đúc, bánh dày
Trốn chui trốn nhũi mì Tây ăn liền
 Tàu bay thay chỗ ngựa thuyền
Xe hơi đủ mốt, cao nguyên phá bằng

Đốt rừng, lấp biển, quên trăng,
Mây đen phủ gót chị hằng đêm thu.
Ái êm thường khúc nhạc trù,
Giờ đây nhạc "rock" ù ù bên tai.
Vải thô phủ tận gót hài
Ngày nay hai mảnh vai eo phơi trần.
Rau xanh gạo trắng muối dần
Thay bằng bia rượu cung trần say sưa.
Trách trời sao lắm nắng mưa!
Chạy theo hụt cẳng lòng chưa bằng lòng.
Nhà cao hai tấm bê tông
Chưa yên cái bụng muốn chồng thành năm.
Bà con chú bác chơi khăm
Nặng cân vàng thỏi có lầm chẳng sao.
Trắng đen đảo lộn một màu
Hỏi người thiên hạ cái nào đúng sai?
Mặc cho lời lẽ đắng cay
Thế gian muôn thuở đổi thay nhân tình.
Đêm thâu trống đánh vọng đình
Thanh la đổ tiếp lời bình xôn xao.
Mấy lời anh đối em trao
Canh tàn rượu cạn trầu cau cũng vừa.
Mặc bà Hồ nữ chẳng chừa,
Năm cành đũa ngọc ta vừa trọn câu.

Tình chày nghĩa cối

Chày ơi! Có nhớ cối chăng?
Bảy ngày vắng mặt cối văng góc nhà.
Chày ơi! Cối nhớ chày mà!...
Đêm đêm chày giã cối ba bốn lần
Hành tiêu, ớt tỏi, góp phần
Giã tiêu, chày vỗ như thần biết bay
Canh một, chày giã trầm trày
Hành bay tung té văng đầy cả ra
Canh hai, chày giã ớt ta
Mắt nhắm, mắt mở cái ra cái vào
Canh ba, chày giã lộn nhào
Đậu đen, đậu đỏ, vỏ nào cũng bong
Cối mắng, chày phải giã chồng
Tiếp luôn canh bốn phải song sả gừng
Năm canh, trời đã sáng hừng,
Chày tôi thở gấp thôi dừng ở đây.
Bảy ngày cối đã vắng chày
Hành tiêu, ớt tỏi, chất đầy một kho.
Đêm nay cối lại nằm lo,
Chày về giúp cối giã kho đậu hồng
Giã cho cối mẻ chày cong
Đến khi tóc bạc lưng còng chày ơi!

Chơi chim

Nhụy hồng ấp ủ giọt sương mai,
Chìa vôi lách cách chiếc mõ dài.
Chủ nó có yêu đừng đuổi bắt?
Nhảy chồm, nhảy vội nhụy xước xây.

Nuôi chim phải biết loài đen đỏ!
Lồng vừa khuôn khổ đủ chim bay
Sải cánh lăn bừa nơi hẹp chỗ,
Gai hồng không mất chớ tha ai!

Giậu hồng bán xuân

Giậu hồng le lói búp son
Sao anh đem cọc đâm giòn cánh tưa?
Cọc anh đã nhọn, lại thừa
Người đâu thô thiển, chẳng ưa chút nào.
Đêm nay hồng trổ nhụy đầu,
Ngày mai bán đổ, chớ nào để anh.

Diễu Đông Thi Tây Thi

Hai đồi như một chẳng khác chi!
Trong khe nước chảy tối li bì.
Đồi Tây thưa thớt dăm gốc rạ
Bên Đông cỏ dại phủ xanh rì.

Mấy thằng châu phủ ngắm tỷ ti,
Trăng thanh gió mát đến mà hì.
Cỏ mịn bên Đông mình thả ngựa,
Tây đồi trơn trụi sướng gì đi.

Bao mùa nắng cực cỏ lầm lì
Thôi rồi Đông trụi hết gốc chi.
Thổn thức đó đây lời nhắn nhủ!
Về Tây vẫn giữ độ hương thì.

Hai vườn chuối

Vườn anh đất tốt, chuối anh to.
Bên tôi nước mặn, đất nổi gò.
Ngày đêm vợ nghiết không chăm bón
Nên chuối tôi ngày điếc lại co.

Anh về dạy vợ phải khéo lo
Mỗi khi chuối trổ kẹp đôi gò
Chớ bón nước đêm trôi lỏng rễ
Lâu ngày chuối héo lại buồn so.

Nhai kẹo gum

Đưa qua liếm lại mãi một hồi
Mõi miệng, tê hàm, lưỡi chẻ đôi
Phù phù, nất nất, cương bành trướng
Có chị em nào nút nó trôi?...

Chiếu hoa

Chiều chiều, gánh chiếu đảo đôi đường
Bớ người thiên hạ thấy có thương!
Mua hai, tặng một, mau nhẹ gánh
Lát mềm khéo dệt tỏa mùi hương.

Này anh bán chiếu biết rao thay!
Mưa xuân mỗi lúc hạt một dày
Hiên nhà trú tạm đôi ba phút
Thử một, mua vài, trả lai rai....

Tạ lòng cô ả ngỏ ý hay!
Chiếu tôi đáp vốn đổi hàng ngày.
Con hai vợ một chờ khuay sớm,
Lòng nàng ta tạm gởi gió mây.

Thật người, thật cảnh lại càng say
Xưa nay thê thiếp chớ chọn ngày
Anh hùng, quân tử đâu chấp nhất
Nhụy tràn sương ngậm chờ ong lay.

Bắt đền

Nước sông, nước giếng, chẳng phạm nhau?
Sao anh lại nỡ thả cá tràu?
Chui lên rút xuống năm bảy bữa,
Giếng nhà nước đục tính làm sao?

Trời nắng chang chang nước đỏ ngàu,
Miệng giếng đóng phèn, nước hôi chao.
Thò tay vớt cá mau mau lẹ!
Lâu ngày giếng thúi, cá đổi màu.

Trái giống

Dừa non hai trái đeo nhau
Trăng soi bóng nước, quả chao phập phồng.
Thẳng tay chọc nhánh tre đồng
Da dừa rớm nứt, nước trong rỉ dầm.
Cản em thì sợ hiểu lầm,
Nương tay mất giống mẹ rầm cha lo.

Trách thầm

Em rằng liễu yếu đào tơ!
Sao còn cởi ngựa qua bờ lao xanh?
Thân lao lắm mắt nhiều cành,
Gió đưa chiếc lá các nhành níu nhau.

Níu luôn cả cánh hoa đào
Bầu trong rớm máu giọt châu nhỏ dầm.
Anh ôm, anh bế mà thầm!
Ba năm canh cánh thả đầm lao xanh.

Đêm nghiệt ngã

Đêm nay ta đánh bộ binh
Qua sông nước lớn, quân tình hoang mang.
Hỏa liên, tấn tới, dội ngang,
Trên tà nút đứt, dưới toan sút quần.
Em ơi! Anh phải rút quân!
Súng anh hết đạn thôi dừng tấn công.
Hôm sau đạn nạp cứng nòng
Sông sâu, núi dựng đừng hòng cản anh.

Hồi xuân

Mây hợp, mây tan, bớ bạn tình!
Xuân thời quên ngủ nợ ba sinh
Đỏ máu hồng hồng da bánh mật
Chồng trước, duyên sau nổi lình bình.
Trăng đêm luồn cửa soi lá tiết
Bên đời chăn chiếu hẻm trống không.
Giận nỗi xuân đi, xuân lại ngập
Bạn tình đêm lạnh có đến không?

Tình cũ

Xuân qua, xuân lại mới gặp nhau,
Nấn ná làm chi giậu nhớ bầu.
Vườn anh đất rộng trăm chim viếng,
Nhà em đất hẹp cổng khó vào.
Mâm mi đám ngò tươi năm ngoái
Mơ màng cảnh đẹp ở trong ao.
Đêm nay trăng tròn trên đỉnh ngự
Cho anh thăm lại được không nào?

Bài toán cọng

Gấm hồng bốn mảnh xẻ tứ khe
Lưng eo ló ngọc giữa trưa hè.
Thầy đồ lơ mơ bài toán cọng
Năm nhập hai lần tính mấy que?

Trò nào hiểu đặng đưa tay đáp!
Cố nào hãy nhẩm những tăm tre
Trên dưới ta chìa em đếm cả!
Thưa thầy tổng cọng mười một que.

Tham

Nhắm ấy làm chi để ngẩn ngơ!
Vị đời chua chát đến đâu ngờ.
Lách cách vài hôm qua trống vắng,
Đêm dài tháng đủ núi dây mơ.

Biết thế ta đừng chia cánh ngọc!
Thêm mùi thềm thụt miếng trầu tơ.
Cũng thịt, cũng da đèo cân lạng
Ham gì mùi lạ nuốt đến khờ.

Yêu tranh

Chong đèn phát họa giữa đêm thâu
Bút tròn mực ngập nhả liễu mau!
Lá thắm đôi cành căn nủng nỉnh
Chớ ngại ngùng chi mực đổi màu.

Dập dìu sóng gợn lăn tăn vỗ,
Ông Lữ lòng thòng quả phao chao,
Con trê ngợp nước nằm mé cỏ,
Năm canh mỹ mãn bức tranh cầu.

Muỗi đêm

Người đã đi rồi chiều vắng ve
Khuay sớm ai khua muỗi xập xè?
Tấm chăn lạnh lẽo không chân cọ
Canh tàn trăn trở níu chõng tre.

Ngoài hiên sương đọng ướt đột chè,
Vách tường nghe ngóng tiếng vo ve.
Than thở nỉ non mùng thiếu mép,
Muỗi ông chui dưới chích lè phè.

Kim chỉ

Bốn mươi xuân mộng đã lùi xa
Đôi mắt chim câu nhấp nhóe nhòa
Cũng kim, cũng sợi, như ngày trước
Lần sờ đến lỗ nhựa tay ra.

Cụ chánh nhà tôi tuổi đã già
Mèn trên, đè dưới đút chưa qua.
Quán cóc bên đường vui khuya sớm
Quân tử đôi hôm thoải ý bà.

Sầu riêng trái mùa

Cũng mùi, cũng vóc tôi thít tha.
Anh chồm lui tới lại thụt thà.
Hoa đèn le lói da lỡm chỡm
Nước rịn lắm người sợ tránh xa.

Dùi tre cán ngắn tách chưa ra
Bao năm xa cánh chút gọi là,
Trét lưỡi ngậm mùi càng thêm nhớ,
Trái mùa nên vị kém nhà xa.

Lạc trời đêm

Trăng vàng rơi tận đáy sông sâu
Cởi phục ngâm mình thoải ước ao,
Nước trong êm ái thơm da thịt,
Lũ cá trầm lai lặn bóng sầu.

Ao nhà nước cạn biết bao lâu?
Đêm thâu binh loạn vượt dãi dầu,
Bởi nguyệt rung rinh sông trống chủ,
Tắm gội đôi lần gợi nhớ nhau.

Cây ổi xanh

Mẹ con hủ hỉ giữa đêm thanh
Mười đồng bán đổ trái xuân xanh.
Mấy thằng trổ mã luôn nhòm ngó
Lâu ngày chè hẻ cả đôi cành.

Hằng Nga phạm giới

Vầng trăng khóc nức giữa mưa xuân
Trách mây vô ý phủ nửa lừng.
Muốn tỏa ánh quang cùng nhân thế,
Trở mình nghiêng ngả khắp bốn phương.

Có thấy gì không hả Cuội này?
Hằng Nga khe khẽ đá chân mây.
Thấp thoáng dưới trần đôi nam nữ
Lúc ưỡn, lúc trồi thật là hay.

Tham quan

Cục te, cục tác! Ở vườn sau,
Này thằng địa chủ trả đất mau!
Vườn tao đất rộng, tao đào bới!
Sao mầy lấy cả để chia nhau?

Cục te, cục tác! Quân ăn cướp,
Của dân dím cả đúc vàng thau,
Mồ cha mày còn hay chứa trộm?
Để ta dùng tạm thả tiểu cầu.

Cô thợ may

Này anh bán dạo bấy lâu mong!
Hết chỉ lâu ngày, lỗ bỏ không
Kim em, hẹp lỗ, thân lại mõng
Chỉ anh cỡ nào, dễ xỏ không?

Có đây, sợi ngắn, đầu lại tè
Mưa dầm nên chỉ rút tè le.
Để anh về nhắn thằng em út
Sợi chắc, dây vừa, đầu dễ se.

Khung trời lạc

Nghèo đến không một lời lãng mạng
Hỏi sao yêu đến chốn mây ngàn?
Bước đường đời chưa gói trọn hành trang
Nào lấy đâu bút mực tròn nét chữ.
Khối tình xưa cuốn trôi vào quá khứ,
Dòng thời gian thổi bạc nét xuân qua.
Mãi tha phương mượn đất khách làm nhà
Biết bao giờ ôm lại khung trời cũ?

Xuân trôi ngậm ngùi

Đã lâu lắm rồi không nhìn mặt mình
Vì gương kia vỡ không chút son môi
Tình duyên gió xoáy tan tác tơi bời
Bóng lẻ một mình xuân trôi ngậm ngùi.
Sông ơi! Cho mượn nước soi mình!
Soi tình, soi cả nét xuân qua
Sông ơi! Tôi mượn nước đôi dòng!
Tắm mình thuộm thắm gót chân son.

*

Ai cũng một đời cảm nhận buồn vui,
Sống chỉ một lần có mấy người gần.
Tình yêu thắm thiết xin gọi trong mơ,
Người thân thương mến ta hãy sum vầy.
Bút cơn gió lạnh tóc mây bạc màu.
Xoa tay làn da nhủn héo tàn
Sương mờ cành liễu rũ chia ngang,
Đưa tay ta hứng vạc sương dày
Thì thầm rằng đời chóng qua thay!
Đêm nay ta mượn khúc ca trù
Gởi hồn phiêu lãng giữa đêm thu.

Xuân cao nguyên

Bốn mùa chuyển đổi giờ tiết xuân
Liễu khê ân ái quyện mai rừng
Pháo nổ vang xa mừng cung hỷ
Mường dân vũ điệu trống chăm ba.
Dọc núi cuối đèo tận bản xa
Khúc nhạc gieo xanh khắp rừng già
Hơi nếp xuyên thơm từng kẽ lá
Xuân về muôn sắc gọi gần xa.

Tình xuân

Sương mai phủ đỉnh Sơn Trà
Tôi về, xuân đã tà tà qua đi.
Trăm thư gói trọn một bì
Trao em thì ngại, cầm thì không song!
Mấy xuân trôi đã chờ mong?
Nay hồng trước ngõ, lòng thòng mối tơ.
Tình tôi, em đã hững hờ,
Nay trao trộn gói như bờ vỡ mương.
Thôi thì cứ thế mà thương
Trăng soi nước biết trời thương không chừng!
Xuân nay mai nở tưng bừng,
Tay tôi còn víu một rừng thư yêu.

Ghi chú: Núi Sơn Trà chạy dọc theo biển Đà Nẵng.

Tứ sắc du xuân

Hồng đào cười thanh tú
Hoàng mai tỏa vương bào
Bạch cúc tròn duyên dáng
Trúc thanh vỗ sơn ca.
Trung thiên, nhật nguyệt hoàng
Sơn thủy hoành hộ tống
Đông tây bừng náo động
Phong thùy tiếp sắc xuân.
Cổ loa vọng tiệc trà!
Cung quy lời chúc tụng,
Tân niên khải hoàng phú
Phúc đức đặng nhất gia
Cháu con tụ thuận hòa
Bách niên cùng nhân thế.

Ta muộn rồi xuân ơi

(Xuân năm 2009)

Cái xuân lấp ló bên song cửa
Lũ lược vành khuyên réo gọi bầy
Cánh mai xòe tung hạt mưa nhỏ
Người cảnh nhìn nhau chợt mỉm cười.

Đưa tay ngang hứng hạt sương rơi
Thấp thoáng vừng mây phía Việt trời
Ngũ sắc lung linh vành bán nguyệt
Mơ màng nuốt vị bánh chưng xanh.

Du dương theo gió lời tâm chúc
Muôn nơi trong phúc lạc bình an.
Xuân nay ta về trong trễ hẹn
Mai ơi đừng khoe cả sắc vàng!

Chạm trán đầu xuân

Đào mai cúc trúc chớ lung lay!
Anh ngắt nhụy non ướp tiết trà
Nắng xuân chưa ló đừng khoe sắc
Để người quân tử ngứa cả tay.

Rằng là xuân muộn cánh hoa chai
Ong non ngứa nọc cắn giữa ngày
Nắng kia có rực hay ngủ sớm
Anh hùng bao nả thử đêm hay.

Đợi mẹ đêm xuân

Đêm nay xin gió chuyển lời thay!
Hồn thiêng mẹ ẩn cửa chân mây,
Đường trần thênh thang con vẫn thế
Xuân về trông bóng mẹ đêm ngày.

Hương trầm nguồn se làn khói nhỏ
Cánh hoàng mai hớn hở sương đêm,
Giao thừa đón mẹ bên cửa vắng!
Bình minh le lói chợt đến êm.

Néo vẫn còn xuân

Lang thang giấy bút lại làm thơ
Hết đứng vườn hoa đến ruộng bờ
Gói mì khi xưa năm sáu đứa
Nem chả bây giờ thấy ngoảnh lơ.

Thế thời, thời thế một giấc mơ
Đói cơm răng tóc mọc ngồi chờ
Mâm cao cỗ vọng còn nguyên néo
Nghe mùi cảm vị lại làm thơ.

Xuân trong đời người

Tuổi lên năm vui xuân tiếng pháo
Bao lì xì, áo mới mẹ may
Mứt, hạt dưa, bánh kẹo tràn đầy
Đêm xuân mới ngủ trong lòng mẹ.

Xuân lại về ngắm hoa mai nở
Đào rung rinh, sách vở mơ hồ
Tuổi trăng tròn chờ đợi ngây ngô
Xuân đi sớm, bạn bè đôi ngã.

Chợt gặp lại bao năm ròng rã!
Xuân đêm nay tóc ngã hoa râm
Cùng vui chén rượu thăng trầm
Chuyện thâu đêm những ngày cấp sách.

Vui xuân mới giờ trong nỗi nhớ!
Đàn cháu con lưu lạc phương xa.
Nét xuân tuy đã ngã già
Tâm hồn vẫn trẻ gọi là xuân yêu. (hồi xuân)

Thơ ngày xuân

Đường xa ngàn dặm bác du xuân,
Đêm nay ta mở tiệc vui mừng.
Chồi xanh mượt mà đeo sương mới
Mai vàng gió giục cánh lưng tưng.

Rượu cụng nem dâng mãi chẳng dừng
Mơ hồ thơ trỗi dậy lưng lưng,
Chúc phúc, chúc giàu, quên chúc thọ
Ra về Bác giận mặt đỏ bừng.

Ai giàu hơn ta

Sỏng nghề xách giỏ đi câu,
Móc con trùn đất đợi phao xập xè.
Thiên hạ bảo, ta lười khéo vẽ.
Cơm đâu nuôi lớn kẻ đầu to?
Con tràu con, một hủ rượu vò
Ta say tít ngủ bên bờ giậu.
Ông giàu sang, ngày đêm vợ báu,
Con đua đòi hết áo lại xe.
Chẳng hơn ai, ta cứ lè phè
Cá trên sông tha hồ ta bắt
Rượu đầy vò lúa mót lên men.
Không phiền ai chẳng kẻ chặn đường
Nghĩ mà xem! Ta giàu nhất đấy!

Thú vui cờ tướng

(Kính tặng Cha: Lê Văn Chiêu)

Bên xe, bên pháo mãi tranh nhau
Ai thua, ai thắng cũng một chầu
Cái thú tấn lùi quân tướng tốt
Mã chuột khoe tài hét son xao.
*
Chén trà ấm góp chung tàn cuộc,
Thuốc xém tàn giải nước cờ tiên,
Quán cóc con quy tụ bạn hiền!
Không phân chia giàu, nghèo, cao, thấp.

Cười

Một nụ cười có khi vô giá!
Cũng có khi thật giả, điêu ngoa.
Ai mua? Ta bán nụ cười!
Cái duyên, cái đẹo vẫn tươi khi nhìn.
Sáng mở mắt bình minh rạng chói,
Chiều hoàng hôn một lối đi về.
Bước dài, bước ngắn trên đê
Lâu lâu gặp cảnh hả hê ta cười.
Cười! Trong trắng, hồn nhiên, lãng mạn
Cười! Xinh xinh, dễ mến, vô tư.
Nào đâu phải lún chần chừ!
Vì ai? Ta đã làm hư nụ cười....
Nhớ năm xưa tuổi non, tuổi ngọc,
Bao chàng theo nấp dọc bờ đê,
Bóng ai lấp ló ra về,
Đợi em cười mỉm, anh tê cả người.
Giờ đây cũng nụ cười ngày đó!
Nào đâu như chú thỏ ngây ngô,
Khóe môi nhép thấy tiền đồ,
Răng ngà ngậm cả thành đô không chừng!
Mẹ sanh ra miệng còn hôi sữa,
Đời sanh ta miệng lửa miệng gai.
Cơm cơm, nước nước mỗi ngày
Cũng vì miếng sống làm dày khóe môi.
Cười cho ra đồng tiền bát gạo
Cười thật to tạo hóa hư vô
Trăm năm một khắc mơ hồ
Cười trong giấc ngủ biết mồ về đâu?

Lạy anh em đi lấy chồng

Mướn người vọng cổ khóc đêm thanh
Chồng ơi! Chồng hỡi! Bỏ sao đành!
Thiếp đây, chiếc bóng ngàn đêm lẻ
Sao chàng lìa thiếp tuổi còn xanh?

Lạy chàng, em đợi đã ba đông!
Mai đây nắng ấm em theo chồng,
Hai lạy trước ngày anh quá cố
Đèo bồng chút nghĩa trả đêm giông.

Ba lạy hương đèn em sám hối!
Hồn anh linh hiển chốn hư vô!
Đầu thai chuyển kiếp về nơi khác
Tiền đơn em rãi tận đáy mồ.

Phá tổ dơi

Truyền thuyết dân gian đã bao đời
Sướng gì! Mà ngủ móc như dơi?
Treo chân mỏi gối, đầu chống ngược
Lạnh lẽo trên cùng lỗ trôn phơi.
Có ông phú hộ thấy ngược đời
Đẽo liền cây cọc khuấy lỗ chơi
Cọc vút chưa trơn, gà gáy sáng
Trách mình tay vụng chẳng khéo nơi.

Vạn phúc trào xuân

Cái thú cuộc đời tôi như anh,
Chúc ai năm mới vạn điều lành
Một góc trời xa thôi ở lại!
Bên ấy tôi về đón nắng xuân.
Gởi tặng bên này ly rượu nóng
Men nồng thù tạc hẹn xuân sau.

Đời kỹ nữ

Thời nay kỷ nữ, hỏi hay không?
Thiên hạ quanh ta sợ mất chồng
Ông to, ông lớn đều thế cả!
Thú vui trăng gió lạ má mông.
Chớ có ghen chi hởi đàn bà!
Chồng người ta mượn đỡ qua đông?
Xưa nay vua chúa còn vụng trộm
Trời sanh giống đực chạy vòng vòng.

Sầu thu

Đếm lá vàng rơi trong chiều vắng
Một, hai, ba, bốn, lớp lớp rơi…
Có phải cây già nên tán trụi?
Hay mùa thu giết lá trên cành.

Rừng hoang nằm lại bên phố cũ,
Thương đàn hươu giẫm gót chen nhau,
Cỏ non trở vàng theo lá úa,
Chạnh lòng khép mắt đợi thu sau.

Chim cú ngày xưa

Trăng khua lay động bóng cành
Se se cánh quạt ghế bành ngã lưng.
Dập dìu vòm lá lưng tưng,
Tiếng kêu bên ấy lúc dừng, lúc vang.
Tò mò rúc rích tìm hang
Thì ra cú vọ lạc đàn đêm nay.
Mắt tròn lấp lánh thơ ngây
Chắc là mất mẹ, cánh xơ xác nhiều?
Tôi thương ấp ủ bao chiều,
Ngày kia cú đã dập dìu cánh bay.
Trời chiều góc bể heo may
Xa xa chim cú gọi bầy trú đêm.
Chập chờn nhảy nhót bên thềm
Cú tôi mắt đảo chờ xem sự tình.
Nhìn qua bóng đổ cột đình,
Xem chừng gắng gượng cũng là sớm mai.
Thôi thì cứ thế mà bay
Nếu còn chút nghĩa đêm về cúc cu.
Trời trong gió lặng chiều thu,
Nó rung đôi cánh liếc dù xe mưa.
Tình là chẳng ngại nắng trưa
Bắt tôm bắt tép bỏ bừa trên mương.
Quen mùi lưu luyến vấn vương
Nhưng rồi cú cũng thẳng đường mà bay.
Nhìn đôi cánh mỏng chân mây,
Tay phe phất vẫy như say với lòng.
Lơ thơ trên mấy đột hồng
Gai con vướng lại một vài lông chim.

Nội tôi

Năm xưa thuở đá ngậm vàng
Tằm con nhả sợi dệt làn vải thô.
Thích bà ca khúc lúa ngô,
Chuyện nuôi con bống dưới hồ nước tiên.
Đêm thanh thánh thót lời hiền,
Trăng treo song cửa, ngoài hiên gió thầm.
Đậu xanh đôi luống gieo mầm
Hoa cau bên cửa hương ngâm đêm hè.
Lâm râm tôi cũng hát bè
Dãi dầu xóm vắng, thôn tre tình người
Cái thương, cái nhớ, cái cười
Cái non, cái dại, cái lười, cái ngu.
Bà cười khen nhẹ lời ru
Sen non núp lá nắng thu phơi mình.
Đầu đuôi chí nghĩa, chí tình,
Mai sau sông núi ghép hình cánh sen.
Lời vàng dệt giữa đêm trăng
Dệt êm giấc mộng tôi hằng qua đêm.
Bình minh le lói bên rèm
Sẻ non líu ríu, cảnh đêm thức cùng.
Xon xao nắng ấm soi mùng
Thêm một ngày nữa vui cùng bà tôi.

Nhớ người tri kỷ

Thiếu thời xa xứ tóc xanh tươi
Vắng bóng đường quê cả một thời
Nhớ nhung đêm mộng bao cảnh đẹp
Về thăm đình củ, tóc sương phơi.

Tường đất năm xưa đã đổi dời
Cầu làng bến cũ rải nơi nơi
Ngơ ngác bâng khuâng ngàn lộ mới
Hỏi thăm bạn cũ đã qua đời.

Ngậm ngùi đôi bóng thuở chăn trâu
Cục kẹo chia hai đổi từng hào
Hoa bèo kết tóc làm tiên nữ
Chiều hè nắng rọi tắm chung ao.

Chiếc váy xanh xưa đã bạc màu
Bạn tặng tôi từ lúc xa nhau
Nhè nhẹ nâng lên mền sợi chỉ
Thầm gọi tên ai! Lệ nghẹn ngào.

Một nén hương lòng để nhớ nhau
Cái cười thơ dại tuổi trăng đầu.
Thôi nhé từ nay đành ly biệt
Còn duyên tình bạn đợi kiếp sau.

Nhắn vô thường

Vạn trường tảo ngộ cảnh bồng lai
Kẻ ở dưới trần lắm đắng cay
Có ai về thế cho tôi nhắn?
Nhớ lắm hồn mây, lẫn bóng mây.

Kiếp này đau đớn nhiều chông gai
Thuở nhỏ cơm đâu đủ qua ngày
Manh áo tả tơi mùa giá rét
Thân gày tóc rối bụi trần ai.

Lắm lúc vô thường uống cho say,
Ngu dốt quên đi những chuỗi ngày.
Thế gian đen, trắng, vàng lẫn lộn
Ngẫm nghĩ đời này xót xa thay.

Tôi muốn hét lên! Rồi hét lên!
Bỏ lại sau lưng những gập ghềnh.
Bay đến cung trăng tìm anh cuội
Ngắm nhìn thiên hạ vẻ buồn vui.

Đa tạ

Một lần làm người, xin cảm ơn mẹ.
Một lần thành người, xin nhớ công cha.
Dòng đời phong ba điêu ngàn gông bão
Xin tạ ơn đời nhìn suốt muôn màu.

Vạc nắng trên vai ngày dài qua rồi,
Đêm về mưa rơi giấc ngủ êm trôi,
Tình yêu trong tôi tương lai vẫy gọi,
Một khúc ca vàng nhún nhảy bờ môi.

Hát đi em' mưa nắng giữa lưng đồi!
Ghép nụ hôn gởi hồn trong câu đối
Xin thời gian quanh ta đừng bay vội
Trăm năm đời ta muốn được nhân đôi.

Chiều Hoàng hôn

Thuyền trôi bóng liễu hóa rêu rong
Cá nhảy đấy sông cuộn thành dòng
Hoàng hôn lặng lẽ sau bóng tối
Trăng vàng ló dạng chuyển hồng mây.

Tiếng tiêu ai tấu xa xa lắm?
Thoang thoảng lúa hương tỏa nồng nàn
Oanh sẽ réo bầy vui về tổ
Đôi đàn nai lộc đẫm nước sông.

Dế mèn con

Giậu dâm bụt đôi lần nghiêng ngả,
Gốc hường non mấy lượt rễ trồi.
Con dế mèn giận dỗi trong đêm
Chờ sương rơi bới ngàn lối nhỏ.

Mỗi sáng mai tôi thường ngắm nó,
Hỏi vì sao? Hường mãi không hoa?
Chắc dế con mắc bệnh mù lòa?
Nên đâu thấy lòng tôi chờ đợi.

Nắng ban trưa soi nền đất mới,
Con dế mèn nằm dưới nóng rang.
Mấy hôm sau hường trổ nhụy vàng,
Chạm nụ non lòng tôi vui lắm.

"Dế mèn ơi! Hãy cùng ta ngắm!"
Hường hôm nay cánh nở nõn nà
Dưới gốc hường ướt giọt sương sa
Xác dế con khô giòn trên cát.

Gọi hè

Phượng ơi! Sao giỏi uốn đôi cành?
Ngả mình với giọt nước long lanh
Tỏa màu đỏ tươi cùng lá thắm
Cái đẹp trời xanh phải khen thầm.

Lăn tăn mặt hồ con sóng nhỏ
Đôi bờ xanh thẳm dãi rong cau.
"Con giếc, con rô cùng thỏ thẻ!"
Đợi mãi nàng ve nhịp khúc bầu.

Chú gà con

Chíp chíp, sau vườn chú gà con
Lạc mẹ mất rồi, réo nỉ non
Đôi mắt nâu vàng, chân bé xíu
Run rẩy nép mình dưới tán non.

Chíp chíp, sau vườn chú gà con,
Diều hâu rữa mỏ bụng no tròn,
Lả tả sân sau chùm lông vũ,
Biết mẹ gà yêu dấu chẳng còn.

Ghi chú: Bài thơ này Hoàng Trúc viết vào năm 1982 lúc cô tròn mười tuổi.

Giấc ngũ rạng đông

Chớ ấp ủ chi giấc mộng vàng
Bình minh với gọi giọt sương tan.
Lấp ló màng the con bướm đậu,
Tôi nó, nhìn nhau thật ngỡ ngàng.

Chiêm bao người cảnh trùng lưu luyến
Đường về hoa thắm rộng thênh thang
Cỗ xe ngựa hồng bay trong gió
Muôn ngàn sắc bướm lượn chung đàn.

Tôi

Tôi thích tìm vui trong giấc mộng
Thích vòm lá ướt giữa chiều đông
Thích tiếng mưa hòa trên phiến đá
Thích loài súng trắng nổi giữa dòng.

Tôi sợ mỗi khi mặt trời hồng
Sợ làng sấm chớp dưới mưa giông
Sợ tóc chia màu qua tia nắng
Sợ người bưng bế giữa đám đông.

Mục Lục

Phần I (Cuộc sống – Tình đời)...........................1

Đối xuân 2
Bông cỏ may 4
Khuê Trung một chiếc nôi 5
Cẩm Lệ dòng sông tuổi thơ 6
Núi Non Nước 7
Về thăm Ngũ Hành Sơn 8
Kính cụ Du 10
Kính Cha 11
Nhớ Mẹ 12
Cố Nội 13
Cánh diều tuổi thơ 14
Mẹ và tôi 15
Bánh xe thời gian 16
Mộng vàng 17
Vỡ mộng hoa 18
Hai đầu nỗi nhớ 19
Vườn họa sĩ 20
Vườn nội tôi 22
Vườn ngoại tôi 24
Thương thầm 27

Yêu màu hoa trinh nữ	28
Về chiều	29
Chiều thu trong anh	30
Yêu người xóm đạo	31
Qua cầu gió bay	32
Dấu trăng	33
Vắng em	34
Yêu cô gánh lúa	35
Ghen	36
Xôi gấc	37
Yêu vợ	38
Chiều đồng quê	39
Tôi và em	40
Tất cả cho em	41
Yêu cái kiêu sa	42
Yêu em gái Hà Nội	43
Tán gẫu	44
Về thăm Đà Nẵng	45
Người phu quét đường	46
Màu phượng xưa	47
Giấc mơ tà áo trắng	48
Chiều thơ	49
Nàng lúa	50
Dĩ vãng	51

Cái Duyên 52

Bốn mùa thay lá 53

Tình trái mù u (1) 54

Tình trái mù u (2) 54

Tình trái mù u (3) 55

Tình trái mù u (4) 55

Cô ả đào về làng 56

Duyên kỳ ngộ 57

Một thời ấu thơ 58

Rồng đất Việt 59

Ông lữ 60

Một góc Việt kiều 61

Tiếng lá thu 62

Cõi hoang 63

Đời vẫn đẹp 64

Ngoại yêu 65

Quả nhân tâm 66

Năm cái tham 67

Táo ông về trời 68

Nạn mất mùa 69

Nghề mới 70

Tiền 71

Cửa khẩu trần gian 72

Lên đồng 73

Canh bạc cuộc đời	74
Tỉnh hay say	75
Tâm	76
Rủ nhau đi tu	77
Thần đèn	78
Ma sợ người	79
Trời đất và ta	80
Thơ ngu	81
Anh lính xưa	82
Trộm trăng	83
Kỷ niệm Hội An	84
Người tiều phu bên dòng sông	85
Trở về tuổi tiên	86
Hoa tửu lầu	87
Nông cạn là lãng phí	88
Hỡi mẹ Âu Cơ	89
Lời mẹ tâm tình	90
Tiếng chuông đồng	91
Thiên nhiên và tôi	92
Túi hương	93
Trộm người	94
Hai màu lá khóc	95
Lưu hương	96
Lời của gió	98

Tâm sự cùng biển	99
Mượn người	100
Bến chiều	101
Trái tim màu xanh	102
Ngày em đến	103
Lửa tình yêu	104
Muộn màng	105
Yêu mãi	106
Cô bé ngày xưa	107
Cái bóng	108
Hợp tan	109
Bé yêu	110
Đóa tương tư	111
Đá mềm	112
Trái tim phù thủy	113
Chuyến phà không tên	114
Đêm nghèo	115
Người trong mộng	116
Tình đầu	117
Thói đời	118
Đợi bóng về	120
Bóng tôi	121
Duyên đắng	122
Về đâu	124

Công chúa của nội	125
Hồn quê	126
Nhân thiên tranh	128
Cho tròn chữ hiếu	129
Sanh nhầm chốn	130
Khúc thùy ru	131
Một chiếc lá xanh	132
Một khắc nghìn vàng	134
Tình trời nghĩa đất	135
Khóc hay cười	136
Lời Tú Xương	137
Cành hoa số phận	138
Trúc vàng	139
Tu hiện đại	140
Tiếng rừng	141
Khát hạ	142

Phần II (Vui cùng Xuân) 143

Cỏ	144
Gởi chị Hồ Xuân Hương	146
Tình chày nghĩa cối	148
Chơi chim	149

Giậu hồng bán xuân	150
Diễu Đông Thi Tây Thi	151
Hai vườn chuối	152
Nhai kẹo gum	154
Chiếu hoa	155
Bắt đền	156
Trái giống	157
Trách thầm	158
Đêm nghiệt ngã	159
Hồi xuân	160
Tình cũ	161
Bài toán cọng	162
Tham	163
Yêu tranh	164
Muỗi đêm	165
Kim chỉ	166
Sầu riêng trái mùa	167
Lạc trời đêm	168
Cây ổi xanh	169
Hằng Nga phạm giới	170
Tham quan	171
Cô thợ may	172
Khung trời lạc	173
Xuân trôi ngậm ngùi	174

Xuân cao nguyên	175
Tình xuân	176
Tứ sắc du xuân	177
Ta muộn rồi xuân ơi	178
Chạm trán đầu xuân	179
Đợi mẹ đêm xuân	180
Néo vẫn còn xuân	181
Xuân trong đời người	182
Thơ ngày xuân	183
Ai giàu hơn ta	184
Thú vui cờ tướng	185
Cười	186
Lạy anh em đi lấy chồng	187
Phá tổ dơi	188
Vạn phúc trào xuân	189
Đời kỹ nữ	190
Sầu thu	191
Chim cú ngày xưa	192
Nội tôi	193
Nhớ người tri kỹ	194
Nhắn vô thường	195
Đa tạ	196
Chiều Hoàng hôn	197
Dế mèn con	198

Gọi hè	199
Chú gà con	200
Giấc ngủ rạng đông	201
Tôi	202

Xin bạn đọc hãy vào xem trang web:

www.Lehoangtruc.com

E-mail: Eve@lehoangtruc.com

Hoàng Trúc: **Bông Cỏ May**

Thiết kế bìa và trình bày: Adam Burgess

Họa bìa: Jusmita Saifullan

Sửa chữa bản in: Lê Văn Chiêu

Lưu ý: Tập thơ thứ hai của Lê Hoàng Trúc *(Ba Mùa Trái Nắng)* sẽ ra mắt bạn đọc vào mùa hè năm 2011.

www.ingramcontent.com/pod-product-compliance
Lightning Source LLC
LaVergne TN
LVHW011417080426
835512LV00005B/116